சுகப்பிரியா

விக்னேஷ் சேதுபதி

சுகப்பிரியா

கதை

ஆசிரியர் : விக்னேஷ் சேதுபதி 2023 ©
முதல் பதிப்பு : ஜனவரி 2023
வெளியீடு : ஏலே பதிப்பகம்
அட்டைப்படம் : செ.பிரவீன் குமார்
5/175, பாத்திமா நகர், கூத்தென்குழி,
திருநெல்வேலி - 627104
தொடர்புக்கு : +91 9944992571

Sugapriya

Story

by Vignesh Sethupathi 2023 ©
First Edition : January 2023
Cover designed : S.Praveen Kumar

ISBN : 978-93-5533-522-7
Aelay Publish
Contact : +91 9944992571
Designed by : Aelay publish team

சமர்ப்பணம்

என்னை எழுத்தாளனாக மாற்றிப் பார்க்க
ஆசைப்பட்ட, அதற்காக ஊக்கப்படுத்திய
எனது நண்பர்களான திருச்செங்கோடு நித்யா,
திருப்பாக்கோட்டை முருகேசன்,
பார்த்திபன்,
சுஷ்மா ஆகியவர்களுக்கு
எனது நன்றியும் சமர்ப்பணமும்.

அந்த சிறிய கூட்டமும் குறுக்கே ஆட்புக முடியா வண்ணம் சுற்றி நின்று கொண்டிருந்தார்கள். அதில் முண்டியயடித்துக்கொண்டு ஆறு அடி உயரமும் முக்கால்வாசி நரைத்த தலையும் கதர் சட்டையும், வேஷ்டியும் அணிந்த நல்ல திடகாத்திரமான உருவத்துடன் கழுத்தில் ருத்ராச்சமும் நெற்றியில் நீரில் குலைத்து பூசப்பட்ட திருநீறு பட்டையும் அடித்த நாற்பது வயது மதிக்கதக்க ஒரு ஆள் ஆட்களை விளக்கி கொண்டு உள்ளே சென்றார்.

சதைபற்றுள்ள தேகமும் சுருட்டை மயிர் கேசமும் நல்ல சிவப்பு நிற தேகமும் ஐந்து அடிக்கு சற்று உயரமான ஒரு பெண் மரக்கட்டிலில் கிடத்தப்பட்டிருப்பதை ஒரு சில வினாடிகள் மட்டுமே நோக்கி விட்டு சற்றே மனம் கலங்கியவாராய் சம்பிரதாயமான சோகத்தை முகத்தில் அப்பிக்கொண்டு வெளியே வந்தார்.

அவரை கூட்டத்தில் தெரிந்தோரும் சிலபேர் உள்ளனர் என்பது அவரை நோக்கி ஆட்டப்பட்ட தலைகளில் இருந்து தெரிந்தது. ஒவ்வொருவராய் சென்று துக்கம் விசாரிப்பதற்கு உரித்தான முறையில் கை தொட்டு விட்டு சட்டையில்லாமல் வெறும் உள்பனியனுடனும் இடுப்பில் துண்டை இறுக்கி கட்டியவாரும் நின்றார்.

கூட்டம் ஒன்றும் பெரிதாக இல்லை, இவளது அக்காக்கள் கல்யாணத்திற்கு வந்த கூட்டத்தை விடவும் குறைவு தான் என சுற்றி பார்த்து தெரிந்து கொண்டார். நல்லதை விட கெட்டதிற்கு கூட்டம் அதிகமாக இருக்கும் தானே, இறந்தவர்கள் கெட்டவர்களாய்

இருந்தாலும் கூட என எண்ணியவர் இழவு வீட்டின் முக்கியஸ்தர்களை தேடினார்.

பிணம் வைக்கப்பட்டிருந்த இடத்தில் இருந்து ஐம்பதடி தூரத்தில் எதிர் திசையில் ஒரு வீட்டின் திண்ணையில் கைகளை பக்கவாட்டில் ஊன்றியவாறு தலையை கீழே தொங்கப் போட்டுக்கொண்டு பெருமாள் உட்கார்ந்திருப்பதையும் அருகில் மங்கை மிதமான சோகத்திலும் வானதி மிகையான சோகத்திலும் நின்று கொண்டிருந்ததை கண்டு அவர்களை நோக்கி நடந்து சென்று பேசலானார்.

"இராத்திரியே முடிஞ்சு போச்சா? ஏன் இப்படி பண்ணிகிட்டா? எதாவது குடும்ப பிரச்சினையா?" என்று வானதியை நோக்கி கேள்விகளை அடுக்கி கொண்டே போனார்.

"ஆமா சாயங்காலம் வந்து படுத்தவ, எப்பவாவது அப்படிதான் படுப்பா அதுனால அம்மாவும் ஒன்னும் கேக்காம விட்டுடாங்க" என்றாள்."ராத்திரி சாப்ட எழுப்பும் போது தான் தெரிஞ்சது இப்படினு" என்றாள்.

"ஓஹ்" என்று எதையோ நினைத்த படி கூறியவர். அந்த இடத்தில் இருந்த படியே சுற்றி பார்த்து அந்த ஊர் எவ்வளவு மாறி இருக்கிறது என்று பார்த்தார். சிறுவயதில் அடிக்கடி வந்து போனதால் பழக்கமாகிய மனிதர்கள் எல்லாம் மூப்படைந்து அடையாளம் தெரியாத அளவிற்கு மாறி போய் இருந்தனர். தான் அறிந்த தன் வயதும் தன்னை விட சிறிய வயது பெண்கள் யாரும் இல்லாமல் இருக்க எல்லோருமே கல்யாணம் ஆகி ஊரை விட்டு சென்றிருப்பார்கள் என்று அவர்களை தேடும் முயற்சியை விட்டு இழவு வீட்டின் சூழலுக்கு தன்னை பழக்கப்படுத்தி கொண்டார்.

இங்கு அதிகமான இழப்பிற்கும் சோகத்திற்கும் உள்ளானவர் அவளது அப்பா பெருமாள் தான் என்பது அவரின் முகமும், தொங்கிய தலையும் உணர்த்திற்று. தோல் சுருக்கமும் தலை முகம் என நன்கு நரைத்து விட்டிருந்த முடியை வெட்டாமல் விட்டிருந்ததால் அந்த சிறிய முகம் அந்த முடிகளுக்குள் மறைந்து போயிருந்தது.

பிணத்தின் அருகே பெருமாளின் வயதை ஒத்த இதோ இறந்து கிடக்கிறாளே இவளை விடவும் அப்படி ஒரு நிறம் கொண்ட அவரது மனைவி காளியம்மாள் இரவில் இருந்தே அழுது கதறியதில் தெம்பில்லாமல் சிறு சிறு தேம்பலுடன் முனங்கி கொண்டிருந்தாள்.

அவர் பரம்பரையிலே சிவப்பு தோல் பெண்ணாக கல்யாணம் பண்ணியவர் பெருமாள் தான். அதுவும் காதலித்து. அதன் பலனாக மூன்று பெண்குழந்தைகளை பெற்றார். இரண்டு அவர் போல் கருப்பு நிறத்திலும் கடைசி ஒன்று மட்டும் தனது மனைவியின் நிறத்திலும் பிறந்தது. அதுவே கோபால் முதலியாரின் பரம்பரையின் முதல் சிகப்பு தோல் பெண் குழந்தை என்பதால் அவருக்கும் தனது பங்காளி வீட்டாருக்கும் செல்ல பிள்ளையாக ஆனாள். எல்லாவற்றிற்கும் ராசியானவளாக பார்க்கப்பட்டு தனது வாழ்நாளில் பாதி நாட்களை செலவழித்து சேர்த்த காசில் உருவாக்கிய தறி பட்டறைக்கு அவள் பெயரை வைத்தார்.அந்த பரம்பரையிலே கல்லூரி வரை சென்று படிக்க வைக்கப்பட்டவளும் அவள் தான்.

எல்லா விதத்திலும் சலுகையும் சீராட்டும் கொடுக்கப்பட்டு வளர்க்கப்பட்டவள். வானதி மங்கை இருவரும் இவளைவிட இரண்டு மூன்று வருடம் மூத்தவளாயினும் பெயர் சொல்லியும் ஒருமையிலும்

அழைக்கும் அளவிற்கு பெருமாள் இடம் கொடுத்திருந்தார்.

"அவள் மட்டும் பெரியவளை அவ இவனு பேசுறா நான் மட்டும் அக்கா வாங்க போங்கனு பேசணும்ம்னு சொல்றிங்க" என்று மங்கை கூறும் போதெல்லாம் "அவள் சின்ன பொண்ணு பெரியவளா ஆக ஆக மாறிடுவா" என சமாதனம் கூறுவார். அது ஒரு போதும் மாறிவிடவில்லை நேற்றுவரை அப்படி தான் பேசினாள் என்று நினைவு வந்தவளாய் வானதி விம்மத்தொடங்கினாள்.

அவள் வாழ்க்கை ஒன்றும் நல்ல படியாக அமையவில்லை என்பது "மகராசியா வாழ்ந்தது போதும்னு முடிச்சுகிட்டியோடி ஆத்தா" என அழுத கிழவியின் ஒப்பாரி சொல்லியது.சொல்வதென்றால் ஒப்பாரி கூட ஒப்புகென்று தான் வைக்கப்பட்டது. அதுவுமில்லாமல் பிணத்தை சுற்றி எவ்வளவு பேர் உட்கார முடியுமோ அத்தனை பேர்கள் மட்டும் தான் அழுது புலம்பி இழவு வீட்டு சுழலை உருவாக்கிக் கொண்டிருந்தார்கள்.

அப்படியே அவளின் கணவன் குழந்தைகள் எங்கே என்று சுற்றி பார்த்தவர் எதிர் பார்த்தபடி யாரும் இல்லாததால் பக்கத்தில் நின்ற வானதியிடம் "அமுதாவோட வீட்டுகாரர் குழந்தைங்கல்லாம் எங்க?" என்று கேட்டார். மூக்கை சிலையின் தலைப்பில் சிந்தி விட்டு சிறிய தேம்பலின் ஊடே "அதோ அந்த ஒரு பொண்ணு மட்டும் தான்" என்று கேள்வியின் பதிலில் பாதியை மட்டும் தந்து விட்டு மீண்டும் அழுகலானாள்.

மங்கையிடம் இது போன்ற அழுகை, தேம்பல், விசும்பல் என எந்த ஒன்றின் சாயலும் இல்லாமல்

சோகம் என்பது போன்றதொரு உணர்ச்சியை முகத்தில் நிறுத்திக்கொண்டு அதில் எந்த ஒரு மாறுதலும் வந்து விடாதபடி பார்த்துக் கொண்டிருந்தாள். அவரை பார்த்த போது மட்டும் லேசாக தலையை தூக்கி வரவேற்கும் தொனியில் சோகத்திற்காக சுருக்கிய முகத்தை இயல்பு நிலைக்கு கொண்டு வந்து மீண்டும் சுருக்கி கொண்டாள்.

இதே வேறொரு நேரமாக இருந்திருந்தால் அவரை கண்ட உடன் அந்த வெளிர்கருப்புக் கண்ணத்தில் சிரிப்பு வரிகள் தோன்ற வெக்கப்பட்டு கொள்வாள். அதை அவரை தவிர வேறு யாரும் அறிந்திராத படி இருக்கும். பதிலுக்கு அவரும் புன்னகை புரிந்து விட்டு வேறொரு விசயத்திற்கு சென்று விடுவார்.

நல்ல மாநிறம், மஞ்சள் நிறமென்று சொல்லலாம். தன் அம்மாவை விட உயரமும் அவளை போல் அல்லாத கேசத்தன்மையும் உடையவளாய் ஒரு பருவ பெண்ணாய் வருவோர்கள் அமருவதற்கு போடப்பட்டிருந்த நாற்காலியில் ஒன்றும் நடவாதது போல் எந்த ஒரு சோகமும் இல்லாதவளாய் சுற்றி முற்றி பார்த்துக்கொண்டு அமர்ந்திருந்தாள்.

'அமுதா மாதிரி கிடையாது, அவ அப்பா மாறி போல' என்று எண்ணமிட்டபடி அவள் அருகே சென்று அமர்ந்து கொண்டு தனது வலது கையால் அவரது வலது புற காதுக்கு கீழ் கழுத்து பகுதியை தேய்த்த படி பேசாமல் அமர்ந்தார்.

சிறிது நேரம் கழித்து அந்த பொன்னும் அதே போல் செய்ய தன்னை இந்த பெண் கேலி செய்கிறாள் என நினைத்து அந்த பெண்ணைப் பார்த்து லேசாக சிரித்தார். பதிலுக்கு ஒரு பார்வையுடன் திரும்பி கொண்டதை அடுத்து புருவம் உயர்த்திவிட்டு அமைதியாக இருக்கலானார்.

 சுகப்பிரியா

"**வ**யசு பையன் கூட என்ன பேச்சு வேண்டியிருக்கு அதுவும் தோள்ல கையை போட்டுகிட்டு" என்று கோபமாக முறையிட்டு கொண்டிருந்தாள் வானதி.

"ஹே அவன் சின்ன பையண்டி" என்று வெட்டி பேசினால் அமுதா.

"சின்ன பையன்னாலும் வயசு பையன் தானே" என்று முறைத்தபடி கூறினாள். வானதி இப்படி பேசுபவள் கிடையாது. மங்கை தான் இவள் இப்படி பேச காரணம் என்று பெருமாளும் அமுதாவும் மங்கையின் குறிக்கிடா அமைதியில் இருந்து புரிந்து கொண்டனர்.

இந்த கோபப்பேச்சு, முறைப்பது, அடிப்பது, உதைப்பது என பலவும் பழகி போய் விட்டது அமுதாவிற்கு. அதனாலோ என்னவோ பேசி பலனில்லை என்று அமைதியாய் இருப்பதின் மூலம் அவள் பொருமையின் செறிவு மிக அதிகம் என்பதை இது போன்ற சூழலை கையாளுவதில் இருந்து தெரிந்து கொள்ளலாம்.

பெருமாளின் மனைவி எப்போதும் இது போன்ற சமயங்களில் தன் பேச்சை எடுப்பதே இல்லை. ஏதேனும் பேசலாம் என வாய் திறந்தால் கூட பெருமாள் எதாவது சொல்லி வாயை அடைத்து விடுவார். இப்போதெல்லாம் அமுதாவிற்கு எதிராக எழும் குரல்களை அடக்குவதே அவரின் வேலையாகி போனது.

"இவளுக்கு ஒரு கல்யாணத்தை பண்ணி வைக்கலாம்ல, செல்ல பிள்ளையினா கூடவே வச்சுகிட்டு இந்த மாறி

பழிசொல்லலாம் கேட்டுக்கிட்டு இருக்கலாம்ன்னு முடிவு பண்ணிட்டிங்களா?'' என்று மங்கை அவள் பங்கிற்கு தாக்கினாள். அதுவும் அவள் அமுதாவை வெறுக்க காரணமான அந்த செல்ல பிள்ளை என்ற விஷயத்தை கூறுவதன் மூலம்.

எல்லா கேள்விக்கும் அமைதி மட்டுமே காத்து வந்தார் பெருமாள். அவருக்கு இதற்கெல்லாம் முன்பே பதில் அளித்து விட்டாள் அமுதா. புதிதாக கேட்டு தெரிந்து கொள்ள என்ன இருக்கிறது என்பதின் பொருட்டே அமைதியாக இருந்தார்.

வானதியின் பேச்சுகூட அக்கறையின் வெளிப்பாடாக தான் இருக்கும். ஆனால், மங்கை ஏதோ வன்மத்தை தீர்த்துக்கொள்ள இதுதான் சந்தர்ப்பம் என்பது போலவே பேசுவாள்.

''இவ இப்படி இருக்கதுக்கு நீங்க தான் காரணம் உங்க வளர்ப்பு தான் காரணம்'' என்று இன்னும் மாறாத செல்லபிள்ளை போல் நடத்தும் சலுகையை இப்போதாவது நிறுத்தி விடலாம் என்பது போல் பேசினாள்.

''ராத்திரி பட்டறைக்கு தேவையான தார்லாம் போட்டுட்டியா அமுதா, ஆளுங்கள வர சொல்லவா?'' என்று சம்மந்தமில்லா ஒன்றை பேசுவதன் மூலம் இதன் போக்கை மாற்றி விடலாம் என நினைத்தார் பெருமாள்.

''இவளோட இந்த நிலைக்கு நீங்க தான், நீங்க மட்டும் தான் காரணம்'' என்று இது எத்தனாவது முறையென்று ஞாபகமில்லை, நூற்றுக்கு அதிகமான முறையாக கூறினாள் மங்கை.

"என்னை இப்ப என்ன தான் பண்ண சொல்றிங்க?" என்று பொறுக்க முடியாதவராய் செயற்கையான கோபத்தில் கத்தினார்.

கோவப்படாதிங்க ரொம்ப சுலபம் தான், போன வாரம் கோயம்பத்தூர்ல மளிகை கடை வச்சிருக்கேன்னு ஒரு வரன் வந்துச்சே அத பேசி முடிச்சிடலாம் சரியான்னு கேட்டு சொல்லுங்க இல்லைன்னு சொன்னா சம்மதிக்க வைங்க போதும்" என்று நிதானமான தனக்கே உரித்தான சுபாவத்தில் கூறினாள் வானதி.

இவ்வளவு நேரம் வேடிக்கை மட்டும் பார்த்துக் கொண்டிருந்தவள் "எனக்கு கல்யாணம் வேணாம் எனக்கு என் பொண்ணு இருக்கா. நாளைக்கு வர்றவன் அவளை எதாவது சொன்னாலோ இல்லை, ஒதுக்கி வச்சு நாளைக்கு பிறந்த குழந்தைக்கு முக்கியத்துவம் கொடுத்தலோ என்னால அந்த வாழ்க்கையை ஏத்துகிட்டு தொடர முடியாது." என்று உணர்ச்சியின் மிகுதி ஏதுமின்றி சொல்லி முடித்தாள்.

உச்சுக்கொட்டி தலையை உதறிக்கொண்டு "அதுகில்லாம் சரின்னு சொல்லிட்டாங்க கல்யாண செலவக்கூட அவங்களே பாத்துகிறேன்னு சொல்லிட்டாங்க" என்று தன் கணவனின் ஒன்றுவிட்ட பெரியப்பா மகனுக்காக பேசினாள் வானதி.

நாற்பத்தி மூன்று வயது வரை கல்யாணம் ஆகாத, படிப்பறிவு இல்லாத ஒற்றைக்கண் மாறுகண் என்பதால் இந்த மேற்கூறிய ஒப்பந்தத்திற்கு சம்மதித்து விட்டனர் மாப்பிளை வீட்டார்.

குழந்தை இருப்பதால் கொஞ்சம், இல்லை நிறையவே தயக்கம் அவர்களுக்கு "அதுலாம் கல்யாணம் ஆகி

புருஷன் அவன் குழந்தைங்கன்னு ஆயிட்டா இந்த குழந்தைக்கு மவுசு குறைஞ்சிரும் அப்புறம் எதாவது பேசி மனச மாத்தி அவுங்க அப்பா கிட்டயோ இல்ல எதாவது ஆசிரமத்துலையோ சேத்திரலாம்." என்று சொந்தகாரங்க சொன்ன ஐடியாவ வச்சுத்தான் இந்த முடிவே தீர்க்கமாச்சு.

ஆமா அந்த குழந்தை எப்படி போனா என்னனு தான் வானதியும் நினைத்தாள். அமுதாவின் வாழ்க்கை சூனியமாக அந்த குழந்தை தானே காரணம் என்ற வெறுப்பு அவளுக்கு.

அவ மாற மாட்டானு பெருமாளுக்கு தெரியும் அதனாலே அவளை வற்புறுத்தும் நோக்கத்தை கை விட்டவராக "நீங்க ரெண்டு பேரும் பேசி பாருங்க ஒத்துகிட்டா சந்தோசமா பண்ணி வைங்க கல்யாண செலவையும் பத்து சவரன் நகையும் போட்டு நானே பண்ணி தர்றேன்" என்று மறைமுகமான அறைகூவலை விடுத்தார்.

எவ்வளவோ பேசி பாத்தாச்சு தேவுடியா பட்டம் கூட குடுத்துப் பாத்தாச்சு எதுக்காவது மசிவான்னு பாத்தா போடி சாட்டைன்னு இருந்திர்றாளே என்று மனசுக்குள் நினைத்துக் கொண்டாள் உரக்க பேசி பயனில்லா வார்த்தைகளை.

இறுதியில் இருவரும் "அப்பனும் மகளும் என்னமோ பண்ணுங்க " என்று தொடங்கிய இடத்திற்கே வந்தார்கள். இது எப்பவும் இப்படி தானே முடியும் என்று அமுதாவும் பெருமாளும் ஒருவரை ஒருவர் பார்த்து ரகசியமாக சிரித்துக்கொண்டனர். இது மங்கையை மேலும் கோபமூட்டவே தண்ணீர் செம்பால் நிலைக்கண்ணாடியில் எறிந்து விட்டு வேகமாக

வெளியே செல்ல பெருமாளின் மனைவியும் அவளுடன் சேர்ந்து சென்றாள். மங்கையும் தன்னை போல் இந்த வீட்டில் செல்லா காசுதான் என்று நினைத்தது இவர்களின் இந்த கூட்டணி அமைய ஒரு காரணம்.

"நான் சொன்னேன்ல இந்த வாட்டி கண்ணாடிதான்னு" என்று அமுதா சொல்ல இருவரும் சேர்ந்து இப்போது வாய்விட்டு கொஞ்சம் சத்தமாகவே சிரித்தார்கள் வானதியும் அவர்களுடன் சேர்ந்து கொண்டாள்.

மூன்று வயது மூத்தவளாக அறிமுகம் அவள் எனக்கு. இன்றும் நினைவிருக்கிறது "வங்கண்ணே அக்கா குளிச்சுகிட்டு இருக்கா நீங்க சாப்டு வாங்க" என்று விருந்து நடக்கும் இடத்தை கைக்காட்டினாள்.

"சரி" என்று ஓரளவு எல்லா பெண்களையும் போல் பாதாதிகேசம் வரை பார்த்து விட்டு கை நீட்டிய திசையை பார்த்த படி அங்கிருந்து விடை பெற்றேன்.

ஓரளவு கவரும் முகம் தான், குரலும் அப்படி தான். உடலமைப்பு ஒன்றும் சொல்லி கொள்ளும் படி இல்லை உயரம் என் நெஞ்சுக்கு தான் இருப்பாள் திரண்ட சதைப்பற்றை பார்த்து விட முடியாத தேகம் மார்பகத்திலும் கூட. ஆனால் முக இலட்சணம் சுருட்டை மயிர் அரக்கு நிறமுடைய கண் வெள்ளை முழியில் ஒரு மச்சம் எந்த பக்கம் என்றும் இப்போது நினைவில்லை. வயதுக்கு ஒவ்வாத உடல் அலங்காரமாக பாவாடை சட்டை அணிந்திருந்தாள். பின்பு ஒருநாள் இரவில் உரையாடலின் ஊடே கூறியிருக்கிறாள் "சிலை கட்டலாம்னு தான் இருந்தேன். கல்யாணத்துக்கு வர்ற சொந்த காரங்க சும்மா போகாம நமக்கு தெரிஞ்ச நல்ல பையன் அங்க இருக்கான் இங்க இருக்கான் அந்த வேலை அந்த ஊரு இப்படி வீடுன்னு நமூத்துகிட்டு இருப்பாங்கன்னு தான் இந்த வேஷம்" என்று கூறினாள்.

முக்கியமான ஒன்றை சொல்ல மறந்துவிட்டேன். எது காதலிக்க காமம் கொள்ள மட்டும் இவள் போதும் என்ற நிலைப்பாட்டை மாற்றி கடைசிவரைக்கும் கூட வைத்துக் கொள்ள துண்டியதோ அதை, அந்த சிரிப்பை

அதன் சத்தத்தை, சிரித்து முடித்த பின் மடித்து சப்பும் உதட்டை மறந்து விட்டேன்.

அவளை பிடித்தவர்களுக்கு அவளிடம் மிகவும் பிடித்தது அவளின் சிரிப்பாக தான் இருக்கும். அதே நேரத்தில் அவளை பிடிக்காதவர்களுக்கு அவர்கள் வெறுப்பை தூண்டி விமர்சிக்க வைக்கும் செயலாகவும் அது தான் இருக்கும் அப்படி ஒரு சிரிப்பு அது.

தெற்கே இருந்து சென்றிருந்த எனக்கு இன்னொரு பேரதிர்ச்சி காத்திருந்தது கல்யாண சாப்பாடு வழியே. அசைவம் இல்லாத கல்யாண விருந்து அதுவே முதல் முறை எனக்கு. சரி தாலி கட்டிய பிறகாவது கறி விருந்து என எதிர் பார்த்தேன், அப்பவும் ஏமாற்றம் தான். இதை யாரிடமாவது முறையிடும் நோக்கில் நான் நோக்கிய முதல் ஆள் அமுதா.

"ஏங்க இங்க எப்பவும் சைவ சாப்பாடு தானா?" என்றேன்.

"ஆமா நீங்க என்ன நினைச்சிங்க, கல்யாணத்துல எங்கயாவது அசைவம் செய்வாங்களா?" என்று அந்த 'ங்க' என்பதை மிகவும் சிரமப்பட்டு எனக்காக கூறியதாக தெரிந்தது. அவளுக்கு ஒருமையில் அழைக்கத்தான் பிடிக்கும். அப்போது தான் அந்த குறும்புத்தனமான பேச்சின் சரளம் சாகாமல் இருக்கும்.

எல்லாம் முடிந்து அன்று சாயங்காலம் கிளம்பி விடுவதென முடிவு செய்தேன் அப்போது தான் காலையில் தேவகோட்டை சென்றடைய முடியும் என்பதால் விடைபெற்று வரலாம் என எல்லோரிடமும் "போயிட்டு வர்ரேன்" என்று கூறியதும், "கிளம்பிட்டீங்களா சரி பாத்து போயிட்டு வாங்க" என்று

கூறியவர்களின் மத்தியில் "ஏன் அதுக்குள்ள? கல்யாண வேலையில உங்கள கவனிக்க முடியாம போச்சு, வாங்க வீட்டுக்கு போகலாம் பேசலாம்" என்று எல்லோருக்குமாக அவள் பேசினாள். அதில் ஒன்றும் சிறப்பு விருப்பம் இருப்பதாக தெரியவில்லை, ஆனால் கூறினாள்.

இருக்க வேண்டும் என்று ஆசை தான். ஆனால் விழா முடிந்த உடன் வீட்டிற்கு வந்திரு நிறைய வேலை இருக்கு ஒரு ஆளா என்னால முடியாது என்று அப்பா கூறியதால் கிளம்பினேன்.

அது ஒன்றும் கட்டளையோ, போயே ஆக வேண்டும் என்ற கட்டாயமோ கிடையாது. ஆனாலும் கிளம்பினேன் அதிகபிரசங்கி தனம் வேண்டாம் என்பதால்.

"உன்னை தான் அன்னைக்கு இருக்க சொன்னேன்ல நீதான் பெரிய மயிராட்டம் போய்ட்ட" என்று பின்னாளில் வருத்தத்துடன் கூறி இருக்கிறாள்.

அவளை மேலும் கூற வேண்டும் என்றால் மிதமான கெட்டவார்த்தைகளை பயன்படுத்தும் அளவிற்கு கோபத்தில் மிதவாதி, குத்தி கிழித்தும், வெட்டி விழ்த்தியும் ரணப்படுத்தும் அளவிற்கு தீவிரமான மௌனத்தை பயன்படுத்தும் தீவிரவாதி.

"**உன்** பேரு என்ன?" என்று கேட்டவரை ஏளனம் என்று சொல்லி விட முடியாது அது ஒரு வகையான விவரிக்க முடியாத பார்வையை பதிலாக தந்தாள்.

'பொண்ணு ஒரு மாறி போல!' என்று அவள் அம்மா இறந்த சோகம் இல்லாமல் இருப்பதையும் அவளின் நடத்தையையும் வைத்து புரிந்துகொண்டவராய் ஒரு உச்சுக்கொட்டி வைத்தார்.

அந்த பரிதாப உச்சின் பொருள் தெரிந்தவளாய் அவரை ஏறிட்டு பார்த்து "நீங்கள் யார்?" என்ற கேள்வியின் மூலம் அவள் தெளிவு தான் என்பதை நிருபித்தாள். அவள் பேசிய வார்த்தைகளில் தான் எப்படி ஒரு உச்சரிப்பு, செய்திகள் வாசிப்போரை போன்ற பாணி. இது நிச்சயம் அமுதாவிடம் இருந்து வந்திருக்க முடியாது.

"நான் உங்க பெரியம்மாவுக்கு தெரிஞ்சவங்க, அவுங்க நண்பன்"

"ஒஹ் உங்களுக்கு அமுதாவ தெரியுமா?"

"ம், நல்லா தெரியுமே உங்க வானதி பெரியம்மா மங்கை பெரியம்மா கல்யாணத்துக்கு வரும் போதெல்லாம் பாத்திருக்கேன் பேசிஇருக்கேன்.."

"அவ்வளவு தானா?"

"ஆமா அவ்வளவு தான்?" என்று பதில் அளித்தவரை பொய் என்பது போல் உதட்டை பிதுக்கிய படி ஒரு பார்வை பார்த்தாள். அப்படி தான் அவர் எடுத்துக்கொண்டார்.

"உங்க அப்பா எங்க?"

"தெரியாது"

"தெரியாதுனா?"

"அமுதா சொல்லல தெரியாது"

"ஓஹ்" என்று தலையை மட்டும் ஆட்டிக்கொண்டு வருத்தப்பட்டவரை போல் தலையை கிழே குனிந்து கொண்டார்.

"வருத்தப்பட்றீங்களா" என்று அவளும் அவர் முகத்துக்கு நேரே கிழே குனிந்து புருவத்தை கேள்விக்குறியாய் வளைத்து கேட்டாள்.

"அப்படி இல்ல.." என்று நீட்டி முழங்கினார்.

"சரி உங்கள பத்தி சொல்லுங்க" என்ற கேள்வியின் மூலம் இழவு வீட்டின் சுழலை மறக்கடிக்கப் பார்த்தாள் அவளின் உரையாடல் மூலம்.

அப்படி தானே அமுதாவும், புறச்சுழலுக்கும் அவளின் பேச்சுக்கும் ஏதேனும் சம்மந்தம் உண்டா? அகம் கொஞ்சம் அழுத்துவிட்டால் அந்த நொடியை கூட அழுது புலம்பி அழித்து விடுவாள். அவள் அப்படி தான்.

"ஓய்" என்று அவரை பழைய நினைவுகளில் இருந்து மீட்டெடுத்தாள். இந்த ஓய் கூட அவளிடம் இருந்து தான் வந்திருக்கும் என்று எண்ணிய வாறே "நானா? நான் எங்க ஊருல ஊர் தலைவரா இருக்கேன் அப்றம் கவிஞரா இருக்கேன்" என்று கூறினார்.

"கவிஞர்னா கவிதை எழுதுவாங்க தானே"

"ஆமா அப்படி தான் நினைக்கிறேன்" என்று நக்கலாக பதில் சொன்னார்.

"அமுதாவுக்கு கூட கவிதைனா ரெம்ப புடிக்கும்" என்று அவர் பேச்சில் தொனித்த கேலியை நிராகரித்த படி உச்சுக்கொட்டி கொண்டாள்.

"அமுதாவுக்கு கவிதை புடிக்குமா?"

"ம் சொன்னது இல்லையா எங்க தறிபட்டறை முழுக்க புத்தகமாத்தான் இருக்கும் நான் அப்புறம் கூட்டிட்டு போறேன்" என்றாள்.

'அவளுக்கு அதெல்லாம் புடிக்காது தானே, புத்தகமெல்லாம் அவளுக்கு அருவருப்பான விஷயம் ஆச்சே? எனக்கு தெரியாத அமுதா ரெம்ப வித்தியாசமானவள் போல' என்று அவளை தெரிந்து கொள்ளும் ஆர்வம் மிகுதியாயிற்று.

யாரிடம் கேட்பது அதுவும் இப்படி ஒரு நேரத்தில் கொஞ்சம் நாள் போகட்டும் என்றாலும் ஆர்வம் தன்னை அரித்து விடுமே, ஆழிக்கு கரையும் ஆற்றுக்கு அணையும் பொருட்டாவது தன் வசம் இருக்கும் மட்டும் தானே என்று என்னமிட்டவர் இவள் எதுவும் சொல்லுவாளா என்று கேட்க வாய் எடுத்தபோது

"அமுதா ரெம்ப வித்தியாசமானவ அதிகம் யாருகிட்டயும் பேச மாட்டா, என்கிட்ட பேசுனா மட்டும் தான். அதுவும் மத்தவங்க முன்னால பேசமாட்ட" என்று கூறினாள் அந்த அரிவை வயது மங்கை.

"வேற யாருகிட்டயும் பேசமாட்டங்களா?"

"தேவைக்கேத்த வார்த்தை மட்டும் தான் பேசுவா. தேவைக்கு அதிகமா அவகிட்ட அவளே பேசிக்குவா தறி சத்தத்துல யாருக்கும் கேக்காதுன்னு" என்று லேசாக சிரித்துக் கொண்டாள்.

"உன் கூட பிறந்தவங்க யாரும் இல்லையா?"

"நான் பிறக்க காரணமா இருந்தவரு என் அம்மா கூட இருந்திருந்தா எனக்கு கூட பிறந்தவங்க இருந்திருப்பாங்க" என்று மறையாக்கம் செய்து சொன்னாள்.

"உனக்கு இப்படிலாம் பேச யாரு சொல்லி குடுத்தா?" என்றார் அவளின் பேச்சில் வியந்தவராக.

"அமுதா தான் வேற யாரு அவ தான் என்கிட்ட பேசுவா அவள மாறி தான் நான் பேசுறேன்"

அமுதா இவ்வளவு தெளிவு ஒன்னும் கிடையாதே நானே அவள 'முட்டாச்சிருக்கின்னு' எத்தன முறை திட்டி இருப்பேன். ஒரு வேலை புத்தகம் அவளை மாற்றி இருக்கலாம் என்று பழைய நினைவுகளின் ஏட்டை புரட்டி ஒப்பிட்டு பார்த்துக்கொண்டார்.

"உங்க அம்மாவோட புத்தகத்தெல்லாம் நான் பாக்கலாமா? நீ என்ன சொல்ற?"

"ம் பாக்கலாம் ஆனா இப்ப வேணாம், இழவு வீடா இருந்தாலும் இயல்புநிலை வரும் தானே அப்ப போகாலாம்"

இவளை என்னவென்று சொல்வது இதுவெல்லாம் இப்படியெல்லாம் பேச எப்படி தெரிந்திருக்கிறது. இதற்கு எப்படி ஒரு பக்குவம் வேணும், நிச்சயம் மரணத்தின் சோகத்தில் அழாமல் இருக்க கூட மிகப்பெரிய பக்குவம் தேவை தானே என்ற யோசனையின் ஊடே "சரி" என்றார்.

"இவ எப்படி உங்க கிட்ட மட்டும் பேசுறா, பேச காசு எதாவது குடுத்திங்களா?"என்று ஒரு இளைஞன் கேட்டான்.

"அப்படியா?" என்று அவளை நோக்கி விட்டு தன்னை நினைத்து ஒரு அற்ப பெருமை பட்டுக்கொண்டார்.

"ஆமா சுடுமூஞ்சி" என்று அவள் தலையில் கொட்டி விட்டு அங்கிருந்து சென்றான்.

அந்த சம்பாசனையில் கலந்து கொள்ளாமலும் வாங்கிய கொட்டிற்கு முகத்தை சுழிக்க கூட இல்லாமல் வேறொருத்தியாய் மாறி போனாள். எது அவள்? இது தான் அவள் எனில் எனக்கு மட்டும் வேறொருத்தியாக ஏன் மாற வேண்டும்?

"**ஹா**லோ நான் வானதி நண்பன் தேவகோட்டையில இருந்து பேசுறேன்."

"அண்ணா நான் அமுதா பேசுறேன்"

ஏதோ ஒரு வகையான சந்தோசம் அவள் எடுத்ததில்.

"ம்ம், எல்லாம் நல்ல படியா முடிஞ்சதா? வானதி அவுங்க வீட்டுக்கு போய்டாங்களா?"

"ம் ஆச்சுண்ணா நல்ல படியா முடிஞ்சது, வீட்டுல எல்லோரும் எப்படி இருக்காங்க?"

"நல்லா இருக்காங்க என்ன போனை நீங்க எடுத்துருக்கீங்க அப்பா இல்லை?"

"அவரு வேலை பாக்குறதால போன் எடுத்துட்டு போகமாட்டாங்க. என்கிட்டே தான் இருக்கும் நான் தான் எடுப்பேன்"

"அப்ப இனிமே பயம் இல்லாம கால் பண்ணலாம்?"

"இல்ல, நானே நேரம் கிடைக்கும் போது பன்றேன், அப்பாகிட்ட சொல்லிறேன் வைக்கட்டுமா?"

சந்தோசத்தின் மூலையில் வருத்தம் கொஞ்சம் ஒட்டிக்கொண்டது "சரி" என்று அழைப்பை துண்டித்தேன்.

அதற்கடுத்த இரண்டு வருடத்தில் மங்கைக்கு கல்யாணம் முடிவாயிற்று. இதற்கிடையில் அமுதாவிற்கு என்னிடம் பேச ஐந்து முறைதான் நேரம் கிடைத்தது. அதுவும் ஒரு ஐந்து நிமிடம் அதிலும் ஓரிரு வார்த்தைகள், மீதம் மௌனங்கள்.

மங்கை கல்யானதிற்கும் அழைத்தார்கள் போனேன். அவளை பார்ப்பதற்கு அவளிடம் கேட்பதற்கு. கேட்கலாம், கேட்டால் நேரமில்லை என்பாள். வேண்டும் என்றால் பார்க்கலாம் அதற்கு ஒன்றும் தடை கிடையாது. பார்த்தேன். பார்க்க மட்டுமே செய்தேன்.

முதல் முறை போன்ற உபசரிப்பு இல்லை, இன்சொல், இன்முகம் எதுவும் இல்லை அவளிடம் இருந்து. அப்போது போலவே இப்போதும் கிளம்பி விட்டேன்.

அனால் இந்த முறை அவள் அழைத்தாள், "ஹலோ நான் அமுதா பேசுறேன்".

"ம் தெரியும் சொல்லுங்க?"

"வீட்டுக்கு பத்திரமா போய் சேர்ந்துட்டீங்களா?"

"ம் வந்துட்டேன். அது என்ன புதுசா அக்கறை, வீட்டுக்கு வந்தவன சாப்டியானு கூட கேக்காத அக்கறை, இப்ப?" என்றேன் குத்தலாக.

"சாப்டியான்னு கேக்காதது ஒரு பிரச்சனையா? அதுவும் இல்லாமா உங்கள கேக்க தான் அங்க நிறைய பேர் இருந்தாங்களே" என்று அவள் பங்காளி வீட்டு பெண்களுடன் பேசி கொண்டிருந்ததை மனதில் வைத்து சொன்னாள்.முகத்தை கோணலாக்கி இருப்பாள் என நினைக்கிறேன்.

"இனி யாருங்க இருக்கா அதான் ஊருக்கு வந்துட்டேனே. இனிமே நீங்க தான் கேக்கணும் கேளுங்க" என்றேன் அதன் அர்த்தம் புரிந்தவனாக. அதை அப்போது வெறும் வார்த்தையாக தான் சொன்னேன்.

அன்றிலிருந்து தினமும் மூன்று வேலையயும் 'என்ன பன்றிங்க? சாப்டிங்களா?' என்று அறியா வினாவிற்கு விடை கேட்டாள். இடையே எப்போதாவது அவளை பற்றியோ என்னை பற்றியோ சொல்லி கேட்பாள். நானும் பெற்றுக்கொண்டு திருப்பி தருவேன். இப்படியாக விஷயங்கள் பல பகிர்ந்து கொண்டோம் பகிர்தலின் பரிசாய் காதல் கிடைத்தது.

பழகிய அழகு பார்வையில் இருந்து பயணித்து மனதை அடைந்து அங்கு தங்கி பாசியாய் படிந்தது. பசுமையாய் படர்ந்தது. அவள் எனக்கு பழகி போயிருந்தாள், நினைவால் பலுகி போயிருந்தாள்.

காதலாய் மாற காலங்கள் ஆயின,ஆகும் தானே? காற்றின் வேகம் தாங்கிட மரங்கள் திடமாய் சமைந்திட காலங்கள் ஆகும் தானே, அதுபோல காமத்தின் வேகம் தாங்கிடும் காதல் சமைய காலங்கள் ஆகும் தானே.

என் முதல் காதலாக, காதலியாக அவள் ஆனாள். அவளுக்கு நான் இரண்டாவதாம் அவள் சொன்னாள். 'வயது தொடங்கிய பயணத்தில் அது தந்த வேகத்தால் சென்றடைந்த இடம் அவன்' என்றாள். "அப்படினா வயசு கோளாறு தானே?" என்றேன். அவள் அவ்வளவு தான் சொன்னாள். அதற்கு மேல் அதை பற்றி அவள் பேசவில்லை, ஏன் அது சம்மந்தமான கேள்விகள் கேட்டாள் கூட மௌனம் தான்.

அவள் காமத்தை காதலிடம் இருந்து பிரித்து தூரம் வைத்திருந்தாள். முதல் காதல் அதை தூரம் நகர்த்தி விட்டு சென்றிருந்தது. அதை அருகில் வைக்க நான் பெரும் பாடுபட்டேன். அப்போது தான் நான் படித்த இலக்கியம் எனக்கு உதவிற்று, அப்போது எனக்கு அது அதற்கு மட்டும் தான் பயன்பட்டது.

அதன் முதல் வெற்றி தான் அந்த முதல் மின்னல் வெட்டு இடைவெளியில் மூன்று முத்தம். அதுவும் அவள் தான் தந்தாள்.

அந்த முதல் சந்திப்பு அத்துடன் நின்றது அதற்கடுத்த சந்திப்பு அனைத்தும் அந்த மூன்று முத்தத்தில் இருந்து அடைந்த முன்னேற்றத்துக்காக, முன்னேற்றம் என்றா சொன்னேன், இல்லை அது பரிணாம வளர்ச்சி. ஆம், அது அவ்வளவு காலம் எடுத்துக் கொண்டது.

உண்மையில் அழுத மக்கள் அனைவரும், குரல் அயர்ந்து அமைதி அடைந்தார்கள். ஒப்புக்கு அழுத குரல்கள் இயல்படைந்து சத்தம் குறைவாய் பேச ஆரம்பித்தன. இதற்காகத் தான் இதுகாறும் அவர்கள் இருவரும் காத்திருந்தார்கள். இருந்தும் அவர் இதை நினைவூட்டாமல் அமர்ந்திருந்தார். அவள் தான் சொன்னாள் "நான் சொன்னேன்ல இயல்பு நிலை அது இதான். வாங்க பட்டறைக்கு போலாம்".

"யாரும் கேட்டால் என்ன சொல்வது? புத்தகம் பார்க்க என்றா? இந்நேரத்தில் இது தேவையான்னு கேக்க மாட்டாங்க?" அதை அவர் சும்மாவாக தான் சொன்னார் அவருக்கும் போக வேண்டும் என்று ஆசை தான். அங்கு தானே தான் அறியா, அறிய வேண்டிய அமுதா ஒளிந்திருக்கிறாள்.

"இனி சடங்கு செய்ய தேவை பாடும் போது தான் நம்மல தேடுவாங்க. அதுக்குள்ள போயிட்டு வந்திரலாம்" என அத்துடன் அவள் பேசுவதை நிறுத்தி ஊர் அறிந்த அவளாக தன்னை மாற்றிக்கொண்டு யாரையும் பார்க்காமல் பாதையை பார்த்து நடந்தாள். அவரும் ஏற்கனவே சென்ற இடம் தான் என்றாலும் இப்போது சரியாக தெரியாததால் அவள் பாதம் பார்த்து நடக்கலானார்.

"இவ இப்ப எங்க போறா அவர கூட்டிகிட்டு?" என்ற குரல் கேட்டதே தவிர அது அவளை தடுத்து நிறுத்தும் படியாக இல்லை. அவரும் அவளை போல் காட்டிக்கொள்ளாதவராக நடந்தார்.

இதே வேறொரு நாளாய் இருந்திருந்தால் இந்த தெரு வழியே நடக்கும் போது அனேக குரல்கள் அவளை கேலியும் ஏளனமும் பேசி இருக்கும். சிறுவர்கள் கூட வயதுக்கு மரியாதை இன்றி அவளை வா போ என்று 'டி' போட்டு அழைத்திருப்பார்கள். அவளை உறவுமுறை சொல்லி அழைப்பதில் அவர்களுக்கு மனம் ஒப்பவில்லை.

ஏதேனும் விசேச தினங்களில் எல்லோரும் கூடும் சமயங்களில் பெருமாள் உடன் காணும் போது மட்டும் அவர் முன்னாடி உறவை சொல்லி அழைப்பார்கள். அதனால் தன் குழந்தைகளும் தன் போலவே அழைக்க உரிமை வழங்கி இருந்தார்கள். தப்பி தவறி உறவு முறையை அழைத்தாலும் "அத்தைன்னுலாம் கூப்ட வேணாம் அக்காணு கூப்டு என்று சொல்லி விடுவார்கள்". இது தான் அவர்கள் அவளுக்கு கொடுத்த உச்சகட்ட மரியாதை.

இன்னும் கொஞ்ச நாளைக்கு இரக்கத்துடன் பார்ப்பார்கள் விமர்சனத்திற்கு காலவரை விடுமுறை கொடுத்தாகி விட்டது. அதுவரை தொல்லை கிடையாது என்று பெருமூச்சு விட்டு கொண்டு நடந்தாள்.

அப்போது அவளை பார்க்க அந்த தெருவில் யாரும் இல்லாத காரணத்தால் நிமிர்ந்து நடந்தாள். இப்படி அவள் நடப்பது எத்தனையாவது முறையென்று விரல் விட்டு சொல்லி விடலாம். இது போன்ற நேரங்களில் இது போலவே இருந்து விடாதா என்று ஏங்கியும் அதே நேரத்தில் அது ஒரு சந்தர்ப்பம் என்பது போல் சந்தோச நடை நடப்பாள். ஆனால் இன்று அப்படி இல்லை. அமுதா என்ற ஆழியின் அழத்தை காட்ட பெருமை உணர்ச்சியுடன் வேகமாக நடை போட்டாள்.

இங்கு உள்ளவர்களால் அவளை பெருமாள் முதலியார் வாரிசாக ஏற்று கொள்ளமுடியவில்லை. ஊரு பேரு தெரியாதவனுக்கு முந்தி விரிச்சு பிறந்தவ எனக்கு எப்படி உறவாக முடியும் என்ற எண்ணம் இவர்களுக்கெல்லாம். அதனால் அமுதாவை ஏற்று கொள்ள முடிந்த அளவில் சிறிது கூட இவளை ஏற்று கொள்ள முடியாமல் போனது.

அவளை அமுதாவும், அவளின் மாமன் மகன் பழனியும்தான் அப்படியே ஏற்றுக் கொண்டவர்கள். பழனி அவளுக்கு இணையான அழகன் என்றெல்லாம் சொல்ல முடியாது. பல நாளாக வெட்டபடாத எண்ணெய் தேய்த்து படிய வாரப்பட்டிருக்கும் முடி, அடர்த்தி குறைவான கருப்பு, முழுகால் சட்டையும் கைவைத்த பனியனும் போட்டவாறு ஊரை சுற்றி அலையும் இளைஞன், அவ்வளவே அவன்.

அவனும் ஊர் ஏற்றுக்கொள்ளா அகதி தான். தெம்மாலி பயலை யார் தான் ஏற்று கொள்வார்கள். அவன் எப்போதும் அமுதாவின் பட்டறையில் தான் சுற்றி திரிவான். அத்தை என்றால் பிரியம் அத்தை மகள் என்றால் உயிர். ஆக அவனுக்கான இடம் அது தானே, சுற்றி திரியட்டும் என பழனியின் அப்பாவும் விட்டு விட்டார். பழனிக்கு தாயார் கிடையாது. தாய் இல்லா பிள்ளை தறுதலையா போச்சுன்னு ஊருக்குள்ள பேச்சு.

அவனுக்கென்று தறிகள், சொத்து பத்து என்று சகலமும் உண்டு அவன் வெளியே வேலைக்கு போக வேண்டும் என்று அவசியம் இல்லை. இருந்தும் கிடைத்த வேலையை செய்வான், சுற்றி திரிவான், சினிமா பார்ப்பான் அதுபோக பணம் எதாவது இருந்தால்

அத்தை மகளுக்கென ஆசையாக எதாவது வாங்கி வந்து அமுதாவிடம் தருவான்.

அமுதா கொடுத்தால் மட்டும் தான் அவள் வாங்கி கொள்வது பழக்கம். அதனாலே அவளுக்கு தெரியாது அது பழனி தான் வாங்கி தந்தான் என்பது. அவனும் அதை விளம்பரப்படுத்திக் கொள்ள மாட்டான். "என்ன புள்ள புது துணி?" என்று தெரியாதது போல் கேட்பான்.

அமுதா பக்கத்தில் இருந்தால் அவள் பக்கம் திரும்பி இவள் தான் வாங்கி குடுத்தாள் என்பது போல் பார்ப்பாள். அப்படி ஒரு சூழல் இல்லையேல் தலையை குனிந்த படி அங்கிருந்து சென்று விடுவாள்.

சில நேரங்களில் பணமாக கொடுத்து வைத்து கொள்ள சொல்வான். ஏன் என்று கேட்டால் வைத்து கொள்ளுங்கள் நான் கேட்கும் போது தாருங்கள் என்பான். அவன் அதை எப்போதும் திருப்பி கேட்டதே இல்லை. அவளும் அதை தன் மகளின் வங்கி கணக்கில் போட்டு வைத்தாள். அதை திருப்பி தர வேண்டுமே தன் கணக்கில் வைத்தால் அப்பா தொழிலுக்காக எடுக்க வேண்டி வரும் அவன் கேக்கும் நேரத்தில் கொடுக்க முடியாமல் போகலாம் என்று அந்த ஏற்பாடு.

அரவம் இல்லா காதலே ஆயுள் அதிகமாக வாழும் என்பது இந்த இருவரின் நிலைப்பாடு. அவர்கள் இருவருக்கும் தீண்டல் என்றால் அது அவன் அவள் தலையில் கொட்டுவது, உரையாடல் என்றால் வாங்கிய கொட்டின் வலியில் 'ஆ' என்ற ஒலியும் அவனின் சிரிப்பும். ஆனால் அவள் ஒரு போதும் கொட்டியதற்காக அவனிடம் கோபம் கொள்வதோ இல்லை சிறு முறைப்போ கூட காட்டியது இல்லை. அவனும் அவளிடம் பேசு என்று கெஞ்சியதோ, ஏன் மருந்துக்கு

கூட ஏன் பேச மாடிங்கிற என்று கேட்டதோ இல்லை. அவளை உள்ள படி அப்படியே ஏற்று கொண்டவன் அவன் தான்.

அமுதாவிற்கு தன் மகளை விட பழனி மேல் அதீத பிரியம் அவளால் அவனிடம் ஏற்றுக்கொள்ள முடியாத நடத்தையும் இருக்க தான் செய்தது. அது ஊருக்கு வேலை செய்து கொடுப்பது, கட்டுத்தரை கூட்டிய கழிவுகளை கொண்டு போய் கொட்டி வருவது, ரேசன் கடைக்கு செல்வது, மார்க்கெட்டுக்கு சென்று சாமான்கள் வாங்கி வருவது, சில நேரங்களில் பணம் பத்தவில்லை என்றால் தன் பணத்தை போட்டு வாங்கி கொண்டு வந்து விடுவான். எவ்வளவு என்றெல்லாம் சொல்லமாட்டான் அறிந்த சிலர் மீதம் தருவார்கள், அறியாததுபோல் இருக்கும் மீதப்பேர் அது தனக்கான சலுகை போல் பயன் படுத்தி கொள்வார்கள். அவன் அதையெல்லாம் கண்டுகொள்வதும் எதிர் பார்ப்பதுமில்லை. தனக்கு பிடித்தவர்கள் என்றால் எதுவும் செய்வான். அவனுக்கு பிடிக்காதவர்கள் என்று யாரும் உண்டா?

அமுதா எத்தனை முறையோ அதை கண்டித்தும் வேண்டியும் கேட்டு பார்த்து விட்டாள். எல்லாத்துக்கும் "விடுத்தை உதவி தானே, நேத்து உடம்பு வலிக்க வேலை பாத்து கொடுத்தேன் இன்னைக்கு வலி இல்லையே, நாளை பின்ன நம்மல நினைச்சு பாப்பாங்கல்ல?" என்பான்.

"ஆமா நினைக்குறாங்க, நன்றி கெட்ட பயமக்க, நீ தான் இதுக்கு பேரு உதவின்னு சொல்ற ஆனா அதுக்கு அவுங்க வச்ச பேரு தெம்மாலிதனம்" என்று பல்லை கடித்து கொண்டு திட்டுவாள். மழுப்பலாக ஒரு சிரிப்பை சிரித்து விட்டு,

"நல்லார் ஒருவர் உளரேல் அவர்பொருட்டு
எல்லோருக்கும் பெய்யும் மழை"

என்று இது போல சுழலில் சொல்வான். என்னால தான்
அத்தை இந்த ஊருல மழை பேயுது அத கெடுக்க
சொல்றியா?

"இத ஒன்ன சொல்லிரு உன்னை சொல்லி தப்பில்லை
அந்த தமிழ் வாத்தியாருக்கு வீடு கொடுத்தது தப்பா
போச்சு." என்று மூன்று வருடத்திற்கு முன் பக்கத்து
ஊருக்கு வாத்தியாராக வேலை செய்ய வந்த தமிழ் ஐயா
ராமசாமி மீது பழி சுமத்தினாள்.

அவரை பழனி தான் தியேட்டருக்கு நடந்து சென்றவரை
தனது சைக்கிளில் அழைத்து சென்று இருவரும் சேர்ந்து
படம் பார்த்து விட்டு திரும்பும் போது, "இங்க
வாடகைக்கு வீடு கிடைக்குமா? இங்க பள்ளிக்கூடத்து
வாத்தியாரா வந்திருக்கேன்"

"சரி வாங்க" என்று கையோடு அழைத்து வந்து இரவு
வேளை என்பதால் பட்டறையில் படுக்க வைத்து விட்டு
காலையில் வீடு பார்த்து தங்கவும் வைத்து விட்டான்.

அவர் வேலைக்கு நடந்து செல்வதை பார்த்த பழனி
தனது சைக்கிளை கொடுத்திருந்தான். பிறகு இருவரும்
சேர்ந்து வாரம் ஓரிரு முறை தியேட்டருக்கும் மற்ற
மாலை நேரங்களில் உரையாடலுமாக இருந்தார்கள்.

ஞாயிறு என்றால் வெளியூருக்கு செல்வது வழக்கம்,
ஒருமுறை ராமசாமி வாத்தியார் தனது வீட்டுக்கு
அழைத்து சென்று வந்தார்.

அப்படி வெளியே செல்லும் வேளையில் சாப்பிடவோ, டீ குடிக்கவோ சென்றால் எங்கு கூட வந்தவர்கள் யாரும் அதற்கு பணம் குடுத்து விடுவார்களோ என்று அது எவ்வளவு சூடாக இருந்தாலும் வேகமாக குடித்து விட்டு அவன் காசு கொடுத்து விடுவான். அப்படி யாரும் அவனுக்கு முன் காசை கொடுத்ததாய் இல்லை. வாத்தியார் மட்டும் தான் அவனை முந்தி விட்டார் மற்றவர்கள் அனைவரும் அவனை முந்த விட்டனர். வாத்தியாருக்கு அவனை தெரியும் அதனாலே அவர் முந்தி கொண்டு விட்டார்.

ராமசாமி எத்தனையோ விசயங்களை படித்து, பேசி, உரையாடி, வாதம் செய்து இருக்கிறார். ஆனால் பழனிக்கு திருக்குறள் மீது பற்றாகி போனதை அறிந்த அவர் அவனுக்கு ஒரு திருக்குறள் புத்தகத்தை பரிசாக தந்தார். அதில் பழனிக்கு மிகவும் பிடித்த குரல் எதுவென்று ஒரு முறை கேட்ட போது,

"அறிவினான் ஆகுவ துண்டோ பிறிதின்நோய்
தந்நோய்போல் போற்றாக் கடை." என்று சொன்னான்.

"அப்படி பார்த்தால் எனக்கு தெரிந்த மிகப்பெரிய அறிவாளி நீ தான்" என்று தோளில் தட்டி சொல்வார். அவனுக்கு இதிலெல்லாம் பெருமை கிடையாது. சொல்வதானால் அவனுக்கு பெருமை என்பது ஒரு பொருட்டே கிடையாது.

பழனிக்கு எழுத படிக்குமே தவிர பள்ளிக்கூடம் சென்றதில்லை இருந்தாலும் ஞானம் படைத்தவன். இவனுக்கு எதற்கு அதெல்லாம் என்று கூட அவர் கருதினார்.

வாத்தியார் ஒரு நாள் எப்பவும் போல் சாமி கும்பிட்டு விட்டு வெளியே வந்த போது பழனி நின்றான். அவன்

எப்போதும் இப்படி நிற்பது வழக்கம் தான். அப்போது அவருக்கு கடவுளை பற்றி பழனியின் கருத்தென்ன என்பதை அறிந்து கொள்ள ஆவல் எழும்பியது. பழனி சாமி கும்பிட்டு பழக்கம் இல்லாதவன், அதற்காக நேரம் ஒதுக்குவதில்லை. அதற்காக அவன் நாத்திகன் என்றில்லை. எனவே அவனின் பதில் அறிய ஆவல் கொண்டு,

"நீ கடவுள பத்தி என்ன நினைக்கிற?"

"நான் நினைக்க என்ன ஐயா இருக்கு?" என்று பதில் இருப்பது போல் இழுத்தான்.

"பரவாயில்லை சொல்லு கேப்போம், உன் கண்ணோட்டத்துல கடவுள் உனக்கு எப்படி தெரியுறாரு?"

"மனிதனோட தன்னடக்கமா தெரியுறாரு"

அவர் இப்படி ஒரு பதிலை எதிர் பார்க்கவில்லை என்பது அவரின் முகத்திலிருந்தே தெரிந்தது. ஏதோ ஒரு விஷயம் இருக்கிறது என்பதை அறிந்த ராமசாமி அவனை அப்படியே திண்ணையில் அமர்த்தி வைத்து "எப்படி" என்று கேட்டார்.

"மனிதர்கள் புரியும் அதிசயத்திற்கு கடவுள் என்று பெயர் வைத்தார்கள். அப்ப மனிதன் தற்பெருமையை விரும்புறது இல்லை. அப்படி விரும்பாதவர்களின் தன்னடக்கம் தான் கடவுள்"

லேசாக சிரித்து விட்டு "நல்ல தான் பேசுற, அப்ப உங்க ஐயா திருவள்ளுவர்,

வகுத்தான் வகுத்த வகையல்லால் கோடி
தொகுத்தார்க்கு துய்த்தல் அரிது- னுல சொல்றாரு"
என்றார்.

பதிலுக்கு பழனியும் சிரித்து விட்டு நம்ம ஐயா
திருவள்ளுவர்,

தெய்வத்தான் ஆகா தெனினும் முயற்சிதன்,
மெய்வருத்தக் கூலி தரும்- ன்னு சொல்றதா தான் நான்
பாக்குறேன்"

"சரி விடு என் தலையில 619-னு எழுதிருக்கு, உன்
தலையில 377" என்றவர்

"கடவுளால கூட எல்லோருக்கும் பொதுவா இருக்க
முடியாதப்ப அவர் சொன்னது மட்டும் எப்படி
பொதுவாகும்? சரி விடு அவரு என்ன பண்ணுவாரு
அப்பாவி"

"அவரா அப்பாவி? இன்பத்து பால் படிங்க
வாத்தியாரே" என்றவனை திண்ணையில் இருந்து
எழுந்து கையை பிடித்து இழுத்து "வா போகலாம்,
அதை ஆராய நமக்கு பக்குவம் பத்தாது" என்றார்.

"எனக்கு பத்தாது சரி, மூணு புள்ள பெத்த
உங்களுக்குமா?" என்று கிண்டல் செய்தான்.

"முன்னூறு பொண்டாட்டி கட்டுனாலும் எனக்குலாம்
அந்த பக்குவம் வராது, அப்படியே வந்தாலும் அவர
போல முடியாது" என்ற படி இருவரும் பேசிக்கொண்டு
பழனி சைக்கிள் ஓட்ட ராமசாமி அமர்ந்து கொண்டு
சென்றார்கள்.

ஒவ்வொரு நாள் உரையாடல் மூலம் உயிரின் மகத்துவம் போல் காமமும், உடலின் பயன் போல் காதலும் என்பது அவளுக்கு புரியலானது. உயிரை பிரித்தால் உடல் எங்கு அணுகி விடுமோ என்ற அச்சத்தால் சிறு சிறு இச்சைகளுக்கு இடம் கொடுத்தாள். அதுவும் அதனால் பயன் பெறுவது நான் மட்டும் தான் என்பது போன்ற அவளின் நடத்தையும் சொல்லும் காட்டியது. எனக்கு கோபத்தையும் வெறுப்பையும் தூண்டியது. கேட்டது நான் என்பதால் அந்த செருக்கு போல.

மாதம் ஒருமுறை சில நேரங்களில் இரு முறை ஏதேனும் காரணம் சொல்லி முதல் நாள் இரவு ரயில் ஏறி மாறுநாள் காலையில் நாமக்கல் வந்தடைவேன். அங்கு குளித்து விட்டு வாங்கி வைத்திருந்த துணிகளை உடுத்திக்கொண்டு அவள் அழைப்புக்காக காத்திருப்பேன். அவள் அப்பாவின் தொலைபேசியில் இருந்து அழைத்து ஒரு இடத்தை சொல்வாள் அவள் வரும் வரை நான் அங்கு சென்று எங்கும் அசையாமல் காத்திருக்க வேண்டும். எங்கு சொல்லிவிட போகிறாள் நாமக்கல் பஸ்ஸ்டாண்டுக்கு வெளியே தான். இப்போது அங்கு ஒரு டீக்கடைகாரர் பழக்கமாகி இருந்தார். பின்பு அங்கிருந்து சேர்ந்து எங்காவது வேறு இடம் பிரிந்து செல்வோம், பிரிவால் ஏற்பட்ட தளர்வை இறுக்கி கட்ட.

ஒவ்வொரு முறையும் மிச்சம் மட்டுமே கண்ட நான் "உனக்காக எவ்வளவு தூரம் வர்ரேன் இவ்வளவு தானா?" என்று கேட்கும் போதெல்லாம் "நீ இதுக்கு தான் வர்றியா? என்னை பாக்க இல்லையா?"

"பாக்க தான்."

"அப்புறம் என்ன? பாத்துகிட்டு தானே இருக்க?"

"அது மட்டுமே போதுமா காதலுக்கு?"

" வேற என்ன வேணும்?"

"அதுவும் இருந்தா தான் காதல் இன்னும் திடமாகும்."

"ஓஹ், பாக்கலாம்" ஆனால் அது இன்று இல்லை என்பது அந்த 'ஓஹ்'வின் அர்த்தம். இப்படியே ஐந்து அல்லது ஆறு சந்தித்த நாட்களை சாகடித்து இருக்கிறாள்.

அவள் பதில் ஏமாற்றம் அளித்தால் வேறு பக்கம் பார்த்துக் கொண்டு அமைதியாக இருப்பேன். அதை அறிந்து தேற்ற பார்ப்பாள். அதன் முயற்சியாய் முத்தம் தருவாள் என் கையை எடுத்து தன் உடலில் கையால் கலவி கொள் என்பது போல் விட்டு விடுவாள். பரவும் கைக்கு எந்த கட்டுப்பாடும் இல்லை அது தொடும் இடம் எதுவும் காமத்தை சேர்ந்தது இல்லை என்பது போல் ஒன்றும் சொல்லாமலோ செய்யாமலோ அப்படியே இருப்பாள். அதுவும் என்னை எரிச்சலடைய வைக்கும். அதை அவள் ரசிப்பது இல்லை என்பது போல் அமைதியாக அமர்ந்திருப்பாள். அதை கேட்க போய் எங்கு இருக்கும் இன்பத்திற்கு இன்னல் இடுவானேன் என்று அமைதியாக எனக்கு கொடுக்கப்பட்ட வேலையை சிறப்பாக செய்ய முனைவேன். என் கை உணர்ச்சி ததும்பலில் இறுக்கிய போது சிணுங்குவாள். சிணுங்கள் போதுமே துகில் உரிக்கா காமத்திற்கு தூபம்போட.

"நேரமாகுது போகணும்" என்று தொடக்கத்தில் இருந்தே புலம்ப ஆரம்பித்து விடுவாள்.

"இப்ப தானடி வந்த?" என்று கடுப்பாக கேட்பதை உணர்ந்து. "என் நிலைமையில் இருந்தால் உனக்கு தெரியும்" என்று ஒற்றை வரியில் எனக்குள் இரக்கத்தை எதிர் பார்ப்பாள்.

"என் நிலைமையில் இருந்தால் தான் உனக்கு தெரியும்" என்பேன்.

"என்ன உன் நிலைமை?" என்பாள்.

"பூமாலை கிட்டிய வானரம், பூட்டிய கரம் கொண்டா சுகம் தீர்க்கும்".

"நீ வானரமா?" என்று சிரித்துக் கொண்டாள் முழுதாய் பொருள் அறியாதவளாய்.

நானோ என் கவி பேச்சை அல்லது காதல் வசனத்தை மனதுள் மெச்சிக்கொண்ட படி "அர்த்தம் புரிஞ்சதா?"

"டேய் மயிரே உனக்கு முன்ன பூமிய பாத்தவடா" என்று சொன்னாளே தவிர அது எனது கேள்விக்கு பதிலாய் தெரியவில்லை. அவளுக்கோ என் கேள்வியின் பதில் தெரியவில்லை. அது தான் இப்படி ஒரு மழுப்பல் திட்டு.

இப்படியாக அன்றைய நாளும் என்றைக்கும் போல் கழிந்தது. இடையிடையே மட்டும் நான் கூறிய வரிகளை நினைத்துக் கொண்டேன். பின்னாளில் அது ஒன்றும் அவ்வளவு பிரமாதமில்லை என்று தோன்றியது.

அவளை கவியால் கவிழ்க்க முடியாது என தெரிந்த போது சாதாரண பெண்ணாக தெரிந்தாள். அது மட்டுமா அவளை இயற்கை அழகாலும், இதர பொருளாலும்

புருவம் உயர்த்த செய்ய முடியாது எனத் தெரிந்த போது அவள் மேலும் சாதாரணமானாள், மிக சாதரணமாக அசாதாரணம் ஆனாள். இருந்தும் அவளுக்காக ஒரு கவிதை எழுதி அதை ஒரு சிகப்பு நிற உறையில் இட்டு கொடுத்தேன். சிகப்பு காதலின் நிறமென நினைத்ததால் அந்த தேர்வு. காமத்திற்கும் அது தான் நிறம். புரட்சிக்கும் வறுமைக்கும் கூட.

மற்றொரு நாளில் அவள் வீட்டுக்கு விருந்தாடியாக அவள் நாடி சென்ற போது, படித்து பயனில்லா பாடப் புத்தகத்தின் இடையே படிக்காமல் பயனில்லாமல் போனதைக் கண்டு மனமுடைந்து போனேன்.
அடுத்த சந்திப்பில் அதை பற்றி கேட்ட போது "ஹே எனக்கு அதுலாம் புடிக்காது, அதுனால எனக்கென்ன பயன்?" என்றாள். என் கவி திறமைக்கு குழி பறித்தவளாய்.
அவள் பறித்த குழியாயிற்றே குவித்த மண் தள்ளி மூடிவிட்டேன்.

"ஆம் கவிதைகளால் யாருக்கு தான் என்ன பயன் கவிஞர்களை தவிர?" என்ற சிந்தனை மண்வெட்டி கொண்டு சிந்தாமல் புதையிலிட்டேன், அரிதான குழியிலிட்டேன் அவளுக்கு பிடிக்காதென்பதற்காக.

நான் பேசியது மிகவும் குறைவான, பொருள் நிறைவான, காதலை காப்பாற்றும் காமத்தால் கைப்பற்றும் வார்த்தைகளே. அவளோ எதற்கும் சமந்தமில்லாத தன் நண்பர்களையும், சகிக்க முடியா சக எதிரிகளையும், அவளை ஈர்த்த மனமுடையோரும், இரக்கமில்லா குணமுடையோரும், பயனில்லா பக்கத்து வீட்டாரும் , பகை மறைக்கும் பங்காளி வீட்டாரும், இவர்கள் தான் அவளை என்னிடம் அதிகம் பேச வைத்தவர்கள். இடையிடையே காமத்தை பற்றியும்

இடைநில்லா காதல் பற்றியும் எனை நோக்கி கேள்விகள் மட்டும்.

நான் மட்டும் அனுபவசாலியா என்ன? எனக்கு தெரிந்த அணுவளவைபிளந்து காட்டினேன். பிளவின் விளைவாய் முத்தத்தால் வெடித்தாள். சித்தம் அதை மொத்தமாய் அழித்தாள்.

இப்படியே ஐந்து மாதம், ஏழு சந்திப்புகளை கடந்து எட்டாவது சந்திப்பு தொடங்கியது. அன்று அவள் ஏதோ போல் இருந்தாள். சோகம் இல்லை, தயக்கம் அது. எதையோ நினைக்கும் அழ்ந்த நிலை அது, ஆசுவாசம் இல்லா எண்ண ஓட்டம் அது.

நீண்ட நேரம் அதை நீடிக்க விடாமல் "நம்ம படுதிரலாமா?" என்றாள். அவள் வார்த்தைகளே இப்படி தான். பூசி மொழுகி ஒப்பனை இட்டு வார்த்தைகளை தரமாட்டாள். சொல்லின் மூலம் என்னவோ, அதன் வேர் என்னவோ அது தான் அவள் வார்த்தையாய் இருக்கும்.

எதிர்பார்ப்பு தரும் ஏமாற்றத்தின் பாதிப்பை விட, எதிர்பார்த்த விஷயம் எதிர்பாரா நேரத்தில் எதிர் படுவதை யார் தான் தங்கி கொள்ள முடியும். தாங்கி கொண்டு தனது முதல் உடல் ஷ்பரிசத்திற்கான அரங்கம் அமைக்க மறைவை தேடினேன். மரத்தடிகளும் வயல்வெளிகளும் தெரிந்தன. எத்தனை கூடல் கண்டிருக்கும், அது எங்களையும் கொண்டிருக்கட்டும்.

உடல் உதிர்த்த வியர்வை அதை வேர் உறிஞ்சி பிழைக்கட்டும், வளர்ச்சியின் மாற்றத்தில் புதிதாய் மரங்கள் கிளைக்கட்டும். கிளைக்கு நூறு கனி, அதில் எங்களால் விளைந்தது எது? ஆராய்ச்சி வேண்டாம், ஆயனசிற்பி மகள் போல் ஏதோ ஒரு அபிநயம் கொண்டு

கிழே கிடக்கிறாளே. இவள் அல்லவா எனது ஆராய்ச்சி கூடம். இளங்கலையோ முதுகலையோ அவள் பார்த்து கொடுக்கட்டும். 'ஏன் கரும்பு தின்ன கூலி வேண்டுமோ?' என்பது போல் இருந்தது அவள் பார்வை.

தேடலோ கண்டுபிடிப்போ நான் மட்டுமே நிகழ்த்திய பேரின்பத்தின் ஊடே ஒரு ஊடல் நிகழ்ந்தது.

"நீ ஏன் இப்படி இருக்க? எனக்கு உன்ன பலாத்காரம் பன்ற மாதிரி தெரியுது"

"இதுக்கு மேல நான் என்ன பண்ணமுடியும் நான் தான் உன்னை உன் இஷ்டம் போல விட்டுட்டனே."

இதற்கு மேலும் வாதம் நீள விரும்பவில்லை. அவளும் தான் என்பது போல முதுகில் தன் கை கொண்டு அவளை நோக்கி அழுத்தினாள். பிறகொரு முறை எந்த ஒரு பலாத்காரமும் இல்லை, இருவரும் பலம் தீரும் மட்டும் விடுவோறாய் இல்லை.

இறுதியில் அவள் கண் கலங்கி இருந்தது. அது வலி தந்ததா? சுகம் தந்ததா? நான் கேட்கவில்லை, ஏனோ தோன்றவில்லை, ஆடைக்கு அடைக்கலம் கொடுத்து அங்கிருந்து கிளம்பவே தோன்றியது. கலவியின் இறுதி அதன் மீதே ஒரு எதிர்மறையை நிகழ்த்துகிறது.

அதற்கு பின் மரத்தடிகள் மாறின, மடி அதே தான். எங்கள்மேல் விழுந்து குறிமறைத்த இலைவகைகள் மாறினஇதழ்கள் அதே தான். உள் சென்ற இந்திரியம் அதே தான்.

தயங்கி பழக்கம் இல்லாதவள் அப்படியே வளர்ந்தவள், யோசிக்காமல் பேசி வெறுப்பை சம்பாதித்தவள் அன்று தயங்கியும் யோசித்தும் தன் முன் நிற்பதை கண்ட பெருமாளுக்கு ஒன்றும் விளங்கவில்லை. அவள் நினைத்திருந்தால் இப்படி ஒரு நிலையை தடுத்திருக்க முடியும். நினைத்தவள் செய்யவில்லை.

"அப்பா நான் மாசமா இருக்கேன்" என்று தயங்கிய ஒன்றை வேகமாக சொல்லிவிட்டு அவரின் முகம் பார்க்காமல் தறியின் ஓட்டத்தை தன் வாழ்நாளில் முதல் முறையாக கவனிக்கலானாள்.

பெருமாளுக்கு அது புரிவதற்கு சில நொடிகள் வரையும் ஆனது.

"எப்படி யாரு" என்று அழுது விடக் கூடாது என்பதால் அவள் மேல் கோவத்தை வர வைத்து கொண்டு கேட்டார்.

எல்லா உணர்வுகளும் வார்த்தைகளும் இன்று அவர்களுக்குள் புதிதான ஒன்றாக இருந்ததால் அந்த எண்ண ஓட்டத்தின் வேகத்தைக் தாக்கு பிடிக்க முடியாதவர்களாய் கோபத்தையும் அதனால் விளையும் ஆற்றலையும் கையிலும் வாயிலும் காட்டினர்.

"அத நான் சொல்ல போறது இல்ல நீ கேக்குறதும் வீன், இந்த குழந்தையை அழிக்கவும் எனக்கு மனசு இல்ல" என்று கேட்க போகும் கேள்விக்கும் சொல்லப் போகும் தீர்விற்கும் தன் பதில் என்ன என்பதை கூறினாள்.

தறியின் சத்தம் நின்று போனது பெருமாளுக்கு அதே நேரத்தில் தறியின் சத்தம் புது விதமாகவும் என்றோ கேட்ட மிகவும் பிடித்த மறந்து போன இசையாக கேட்டது அவளுக்கு. அதற்கிடையில் தொட்டில் கட்டி படுக்க வைக்க பட்ட பழைய நினைவு வந்திருக்கும் போல.

அன்று ஆர்வ மிகுதியால் கற்றுக் கொள்ள தொடங்கினாள். அதுவே அவளுக்கு வாழ்வாகி போகும் என்பதை அறியாமல்.

"அப்பா எனக்கு தறி ஓட்ட சொல்லி தர்றியா?"

பேச்சை மாற்றுவதற்காக ஒன்றும் அவள் அதை சொல்லவில்லை. அவளுக்கு தோன்றியது சொன்னாள் அவ்வளவு தான். அவள் அப்படி தானே.

"ஹே நான் என்ன கேக்குறேன் நீ என்ன சொல்லுற?" என்று கோபம் வற்றாதவறாக கத்தினார். வற்றக் கூடிய கோபமா அது. யார் தன் குலக்கொடியின் பெருமை என்று நினைத்தாரோ அது இன்று வேறொரு மரத்தின் ஓட்டு செடியாக மாறியது நினைத்து நினைத்து மனம் வெம்பி போனார்.

இவ்வளவு கோபத்திலும் அவளை அடிக்க வேண்டும் என்று தோன்றவில்லை. எப்பவும் அடித்ததில்லை எப்பவும் போல் அவள் இப்போது இல்லையே அதனால் அடித்தார்.

இது கிடைக்கும் இதற்கு மேலும் நடக்கும் தூக்கி கட்டினாலும் பரவாயில்லை என்று தயாராகத்தான் இருந்தாள். ஆனால் ஒரு அடிக்கு மேல் எதிர்பார்த்த அனைத்தும் நின்று போயிற்று.

அழுதார் கலைக்க சொல்லி கெஞ்சினார் யார் என கூறு என்று மன்றாடினார் எல்லாம் பயனற்று போனது.

"மேலயோ கீழயோ எந்த ஜாதி காரனா இருந்தாலும் சொல்லு நான் மருமகனா ஏத்துகிறேன்" என்று தன் ஜாதி பெருமையெல்லாம் விட்டு கீழிறங்கி வந்தார். அவள் கொஞ்சம் கூட மேலேறி வரவில்லை.

இவள் இப்படி நெஞ்சழுத்தகாரியா இருக்காளே. இப்படி இருக்க நான் தானே காரணம். பின்னாளில் ஊரே ஒவ்வொரு முறையும் இதைத்தான் சொல்லியது. இன்னும் கூட தான் சொல்லியது கேட்டு தானே ஆக வேண்டும். நான் வாங்கி வந்த வரம் அப்படி என்று நொந்து கொண்டார்.

பின்னாளில் அது பழகி போன போது மீண்டும் தனது மகளாய் ஆகி போனாள். அதற்கும் ஊரார் "இப்படி பிள்ளையை பெத்ததுக்கே இந்த ஆட்டம். இன்னும் நல்ல பிள்ளையை பெத்திருந்தான் இவனை பிடிக்க முடியாது" என்று பேசிற்று.

வெள்ளைச் சட்டைக் காரனின் துளிக்கறை போதுமே, அழுக்கு சட்டைக்காரன் எனகூற,
கூறினார்கள். கறை என்பதற்காக கழட்டி விட்டு அம்மணமாகவா திரிய முடியும், அணிந்து கொண்டார். காலம் குரைத்த வாயை கடுக்க செய்தது. கடுத்த வாய்கள் முனங்களுடன் தொடர்ந்தன.

ஆனால் அமுதா இதையெல்லாம் கவனிக்காதவளாகவும் புரனிகளுக்கு செவி தராதவளாகவும் தானும் தறியுமாக காலத்தை கடத்தினாள். இல்லை ஏமாற்றினாள்.அவள் தன்னை அவனுடனான காதலுக்கு பிறகு,ஒரு விசயத்தில் இவ்வளவு ஈடுபடுத்திக் கொண்டாள் என்றால் அது தறி தான்.

பட்டறையில் புதிதாக ஒரு ஆண் வேலையாளை பெருமாள் வேலைக்கு சேர்த்திருந்தார். ஆள் சராசரி உயரம், நல்ல சிவப்பு நிறம், நன்கு வெட்டப்பட்ட சரியாக வாரி சீவப்பட்டதலைமுடியும், ஓரளவு விலை அதிகமான சட்டையும் கால் சட்டையும் அணிந்திருந்தான். வயது சரியாக தெரியவில்லை அமுதாவின் வயது இல்லை அதைவிட ஓரிரண்டு கூட குறைச்சலாக இருக்கும். அவனை வெளியூரில் நூல் பாகு வாங்க போன இடத்தில் இருந்து பிடித்து வந்திருந்ததாக சொன்னார்.

பட்டறையில் படுத்துக்கொள்வான், பெருமாள் வீட்டிலோ ஹோட்டலிலோ சாப்பாடு ஏற்பாடு செய்து கொடுத்து விடுவதாகவும் வேலையை பழகும் வரை எந்த ஒரு ஊதியத்தையும் எதிர்பார்க்கக்கூடாது என்பது பெருமாள் போட்ட ஒப்பந்தம். அந்த அளவிற்கு ஒன்றும் அவனுக்கு தறி பரிட்சயம் இல்லை என்பது அவன் பட்டறையில் நடந்து கொள்ளும் விதத்தில் இருந்து தெரிந்தது.

பின் ஏன் அவனை வெளியூரில் இருந்து பிடித்து வரவேண்டும் என்று அமுதாவிற்கு புரியவில்லை. அவள் அதை பற்றி அவரிடம் ஒன்றும் கேட்கவும் இல்லை. கேள்விகளை குறைத்துக் கொண்டதன் மூலம் தனக்கான பதில் சொல்லும் சுழல் அமைவதை குறைத்துக்கொள்ளலாம் என்ற அனுபவத்தால் எந்த கேள்வியும் யாரையும் கேட்பது இல்லை. மனம் கோணாத பதில்கள் அவரவர் மனதில் எழும்பும்

கேள்வியால் தான் அளிக்கபடுகிறதே தவிர மனிதர்களால் அல்ல என்பது அமுதாவின் நம்பிக்கை.

அவன் தறி கற்றுக்கொள்ள ஆசைப்பட்டான். அதுவும் அமுதாவிடம் கற்றுக்கொள்வதை விரும்பினான். ஏனென்றல் தனக்கு தறி தெரியும் என்ற ஆசான் மனநிலை இல்லாமல் மாணவ மனநிலையில் தான் அவள் இருந்தாள் என்பதால்.

அமுதாவும் தறியை பிடித்தவர்களை தனக்கு பிடிக்கும் என்பது போல் அவனிடம் கனிவாக நடந்து கொண்டாள். அவன் கேள்விக்கு பதில் சொல்லத்தான் தான் தறி கற்றுக்கொண்டேன் என்பது போலவும், அவன் ஆர்வத்தை ஆற்றுப்படுத்தும் வேகத்தாலும் ஆச்சிரியமாக தெரிந்தாள்.

அதை விடுத்து வேறொரு விஷயத்தை பேச முற்படும் சமயம் வேறொரு ஆளாக மாறி போன போது இன்னும் ஆச்சிரியமாக தெரிந்தாள்.

ஊரார் அமுதாவை ஏதேனும் சொல்லி திட்டவோ, குறை கூறும் போதெல்லாம் எந்த ஒரு எதிர் பேச்சோ எதிர் உணர்ச்சியோ காட்டாமல் இருந்ததை கண்டோர் இவனும் நம் பக்கம் தான் என நினைத்துக் கொண்டார்கள். அந்த ஊரில் எல்லோருக்கும் அவனை பிடித்து போனது பழனிக்கும் அமுதாவின் மகளுக்கும் கூட, அமுதாவை தவிர.

மிகவும் நகைசுவை உணர்வுடன் பேசுபவனை சுடுமுஞ்சியால் கூட ஒதுக்கி விட முடியாது அல்லவா. எல்லோருக்கும் பிடித்து போனது.

ஊரில் விசேசம் என்றால் பெருமாள் வீட்டாருக்கு தெரிகிறதோ இல்லையோ முத்து அங்கு அழைக்கபட்டு

விடுவான். அவ்வளவு முக்கியமான ஆளாக மாறி போனான்.

அமுதாவிற்கு தன் மகள் தன்னை விடுத்து வேறொரு ஆளிடம் பழகவும் தன்னை விட அவனிடம் பேசவும் சிரிக்கவும் இருப்பதையும், பழனிக்கு ஒரு நண்பன் போலவும் அவனை தன்னை போலவே சுபாபம் அறிந்து ஏற்று கொள்ளவும் முடிந்ததை நினைக்க நினைக்க அவன் மீது வெறுப்பு அதிகரித்தது.

இப்போதெல்லாம் தன் மகளும் பழனியும் அவளுடன் செலவிடும் நேரம் குறைய தொடங்கியது. இதனை தன்னால் இயன்ற அளவு மட்டு படுத்தவே முத்துவுக்கு இரவு வேலைக்கு மாற்றி விட்டாள்.
அப்போது தான் பகல் நேரங்களில் அவனுக்கான நேரங்கள் குறைவாய் இருக்கும் என அமுதா நினைத்தாள். அவள் திட்டம் ஓரளவு பலித்தது எனினும் மாலை வேளையை தன்னால் பிறருடன் செலவிடும் நேரமாக மாற்றிக்கொண்டான். பழனியுடன் படத்துக்கு போவது, ஊரின் உள்ளே சுற்றி திரிவது, அமுதா இல்லாத நேரங்களில் தான் பார்த்த படங்களின் கதையை அவள் மகளுக்கு நடித்து காட்டி சொல்வது என நாட்கள் நகர்ந்தன.

மிக விரைவாக தறியை கற்றுக்கொண்டு விட்டான், இயந்திரங்களை சரி செய்யும் அளவிற்கும் பெருமாள் அவனை பயிற்றுவித்திருந்தார். சம்பளமும் பேசியாகி விட்டது, அதுவும் அமுதாவின் குறிக்கீடால் சம்பளம் பேசியதை விட குறைந்து விட்டது. முத்துவுக்கும் அந்த சம்பளமும் சரி எனவே பட்டது.

தன் மகள் முத்துவை மாமா என்று அழைப்பதை விட்டு 'வாங்க, போங்க' என்று அழைப்பதை அமுதா கவனிக்க

தொடங்கினாள். அதை கண்டிக்கவும் செய்தாள். இருந்தும் அவள் கேட்பது போல் இல்லை. மறுபடியும் அப்படியே தான் தொடர்ந்தது. இது அவள் மகள் மீது கோபத்தை ஏற்படுத்தாமல் முத்து மீதே வெறுப்பை உண்டு பண்ணியது. அதுவும் இல்லாமல் அவள் தன் மகளுடன் பேச செலவிடும் நேரமும் அவனுடனே கழிந்தது. அவன் மீது இருந்த கோபமெல்லாம் அவனை வஞ்சிக்க தூண்டியது. அதற்கான நேரத்திற்காக அமுதா காத்திருந்தாள்.

பெருமாள் தன் மகளை நினைத்து தினம் தினம் குடிக்க ஆரம்பித்து அவரின் கடைசி காலம் வரை அது தொடர்ந்தது. இப்போதெல்லாம் சாயங்கலத்திற்கு மேல் சாரயக்கடையிலும் தாமதித்தால் சுயநினைவின்றி கடும் போதையில் சாலைஓரங்களிலும் பொட்டல் காட்டு புதர்களிலும் தான் பார்க்க முடிகிறது.

அப்போதெல்லாம் முத்துதான் அவரை தேடி பிடித்து வந்து வீட்டில் சேர்த்து தலையில் தண்ணீர் ஊற்றி ஆடைகளை மாற்றி விட்டு படுக்க வைத்து விட்டு போவான்.

"எல்லாம் இந்த குடியால வந்தது. குடிக்கிற வயசா இது? இருக்கிற கொஞ்ச நஞ்ச மரியாதையும் வாங்க தான் இந்த வேலை" என்று பெருமாளின் மனைவி புலம்பினாள்.

"நல்ல மனுசனையெல்லாம் குடி கெடுக்குது, குடிக்காத மனுசனெல்லாம் நல்லவனா இருக்க மாட்டிங்கிறான்" என்று தத்துவ ஆறுதல் சொல்லி விட்டு போவான்.

இப்படி ஒருமுறை பக்கத்துஊர் இரண்டு பொண்டாட்டி காரன் இருளாண்டி, உன் மகளை வீட்டுல சும்மாதானே

வச்சிருக்க, என்கிட்ட கொடு நான் வச்சுகிறேன், பட்டறைக்கு ஆள் வேணும்னா என் பட்டறையில இருந்து அனுப்புறேன் சம்பளம் கூட நான் கொடுதிர்றேன். எப்படி நம்ம தொழில் திட்டம்?" என்று தனது கூட்டாளிகளுடன் சேர்ந்து சிரிக்க தள்ளாடும் போதையில் பெருமாள் அவனை அடிக்க போய் அங்கு தள்ளு முள்ளு ஆகி இருளாண்டி பெருமாளை அடித்து விட்டான்.

அப்போது பெருமாளை எப்போதும் போல தேடி சென்ற முத்து அவர்களுடன் சண்டைக்கு செல்லவே, அங்கு அவர்களுடன் ஏற்பட்ட சலசலப்பில் முத்துவுக்கு நிறைய இடங்களில் இரத்தகாயமும் சிறிய சிறிய எழும்பு முறிவும், அவர்கள் சிறு கீறல்களுடனும் போலிஷ் தகவல் தெரிந்து அங்கு வர, இருளாண்டியும் அவன் கூட்டாளிகளும் ஓடி விடவே முத்துவை பிடித்து சென்று காவலில் வைத்திருந்தனர்.

மறுநாள் கலையில் பெருமாள் தான் காவல் நிலையம் சென்று நடந்ததை கூறி கூட்டி வந்து, முட வைத்தியரிடம் மாவு கட்டு கட்டி கூட்டி வந்தார்.

"இதுலாம் சரியாக எத்தனை நாள் ஆகுமாம்?" என்று முத்து படுத்திருக்க பக்கத்தில் இருந்த பெருமாளிடம் கேட்டாள்.

"ஒரு மாசத்துகிட்ட ஆகுமாம்"

"அப்ப அவர ஊருக்கு அனுப்பி வைங்க, உடம்பு சரியான உடன வரலாம்"

"ஹே, என்னபுள்ள இப்படி சொல்ற,நம்மளால தானே இப்படி."

"அதுக்குனு கை கால் வராதவங்கள சும்மா வச்சு பணிவுடை செய்ய என்னால முடியாது." என்று வெட்டி பேசியவளை இடைமறித்து,

"நீ ஒன்னும் பாத்துக்க வேணாம், நான் பாத்துகிறேன்." என்று நொந்து கொண்டார்.

"என்னமோ பண்ணி தொலையுங்க." என்று வீட்டிலிருந்து பட்டறைக்கு விரைந்து போனாள்.

"அமுதா என்ன தப்பா சொல்லிருச்சு,நானும் ஊருக்கு போய் ரெம்ப நாளாச்சு அப்படியே போயிட்டு வந்திர்றேன்." என்று எப்போதும் மாறாத புன்னகையில் கூறினான்.

"அவ கிடக்குறா, அவளால தான் எல்லாம். அது புரியாம கத்திட்டு போறா, நீங்க இங்கயே இருங்க. ஊருக்கு போனாலும் உங்க அப்பன் ஒருத்தனால எப்படி உங்களையும் பாத்துகிட்டு, அவ்வளோ பெரிய பட்டறையும் பாத்துக்க முடியும்." என்று அவனுக்காக பரிந்து பேசினார்.

"அத்தையை வர சொல்லி பார்த்துகிட்டா போச்சு, அதுலாம் ஒன்னும் பிரச்சனை இல்லை ஐயா"

"இல்ல மாப்ளை உங்க அப்பனை நினைச்சா தான் பயமா இருக்கு" என்று நீட்டி முழங்கினார்.

"அதுலாம் நான் பாத்துகிறேன் மாமா" என்று நீண்ட நாளுக்கு பின் உறவுமுறை சொல்லி அழைப்பதால் மாமா என்ற சொல்லை தயங்கியே கூறினான்.

பெருமாள் இந்த அவமானத்தில் இருந்து தப்பிக்க, மறைக்க என்னவெல்லாம் செய்ய முடியும் என்று நினைத்தாரோ அனைத்தையும் அமுதாவிடம் சொல்லிப் பார்த்தார்.

அமுதா தான் அதற்கு சம்மதிக்கவில்லை. "என்னை இப்படி அசிங்கப்படுத்தணும்னு எத்தனை நாள் திட்டம் போட்ட?" என்று எல்லா அப்பாக்களும் இப்படி சுழலில் கேட்க கூடிய கேள்வியை தான் அவரும் கேட்டார். பெருமாளில் மனைவி அழுதாள் என்றாலும் அது வெளியே தெரிந்து விட கூடாது என்பதில் தெளிவாக இருந்தாள்.

உடனே தனது மகள்கள் இருவருக்கும் போன் செய்து தகவலை சொல்லி அழுகலானாள். எல்லா அம்மாக்களையும் போலவே. ஏற்கனவே விஷயம் ஒருவாறு ஊரில் கசிந்திருந்தது. ஊர் கைதட்டி சிரிக்க விஷயத்தை உறுதி படுத்திக் கொள்வதற்காக காத்திருந்தது. எல்லா ஊர்காரர்களையும் போலவே.

மறுநாள் விடிந்தும் விடியாமலும் இருவரும் ஒருவர் பின் ஒருவராக வந்து சேர்ந்தனர். முதலில் வந்தது மங்கை தான். சொல்லவா வேண்டும்? வந்ததும் அமுதாவை அடித்து கத்தி ஊருக்கு விஷயத்தை உறுதி செய்ததும் இல்லாமால் தன்னால் முடிந்த அளவு அமுதாவையும் பெருமாளையும் வார்த்தைகளால் காயப்படுத்த தொடங்கினாள்.

"இது இப்படி நடக்குமுன்னு, இவ இப்படி தான் போவான்னு எனக்கு தான் அப்பவே தெரியுமே. காலேஜ் போறாங்கலாமா காலேஜு. அறிவ நிறைப்பான்னு பாத்தா இப்படி வயித்த நிறைசிட்டுல வந்து நிக்கிறா" என்று ஏளனமாக தன் தங்கைக்கு நிகழ்ந்தது போல் அல்லாமல் எதிரியை பேசுவது போல் அல்லவா பேசுகிறாள் என்பது பெருமாளுக்கு வேதனையாக இருந்தது. மற்ற நேரமாய் இருந்திருந்தால் அமுதா மேல் கை வைக்க விட்டு விடுவாரா. இல்லை, இப்படி தான் பேசி விட முடியுமா?

மங்கை அமர்க்களம் செய்து ஓய்ந்திருந்த போது வானதி வந்து சேர்ந்தாள். வந்தவுடன் ஓடி போய் அம்மாவை கட்டிக்கொண்டு அழ ஆரம்பித்தாள். இடையிடையே மட்டும் அமுதாவை பார்த்து முறைத்தாள். அவளுக்கு இப்படி தான் கோவப்பட தெரியும். பிறகு அமுதாவிடம் சென்று,

"யார் அது?" என்று திரும்ப திரும்ப கேட்டு அதட்டி பார்த்தாள்.

அமைதியாக இருந்தவள் திடீரென வானதி தோளில் முகம் புதைத்து அழ ஆரம்பித்தாள். அமுதா நேற்றில் இருந்து அழவே இல்லை. அவ்வளவு திட்டுகளும் அடிகளையும் தாங்கி கொண்ட போது கூட அழாதவள், இப்போது அழுவதை கண்ட வானதியும் அவர்களது அம்மாவும் உடைந்து அழலாகினர். பெருமாளும் தன் தோள் துண்டால் முகத்தை மூடிக்கொண்டு அழுதார்.

மங்கை மட்டும் பல்லை கடித்த படி அவர்கள் அழுவதை கண்டு எரிச்சலடைந்த படி நின்றாள். வானதி அவளால் முடிந்த மட்டும் பேசி பார்த்தாள். இப்படியே போனால் என்ன ஆகும் என்பதையும் அடுக்கடுக்காக

சொல்லிக்கொண்டே போனாள். அதற்கேற்றப்படி அப்படியே அவள் சொல்லிய படி காலம் நகர்ந்ததை நினைத்து பின்னாளில் தன் அக்கா ஒரு தீர்க்கதரிசி என புகழ்ந்திருக்கிறாள்.

"அவ சாப்பாட்டுல கருவ கலைக்கிற மருந்தை கலந்திருங்க, அப்படியே இதுக்கும் சேர்த்து ரெண்டு நாள் அழுதிடட்டும்" என்று மங்கை அவளுக்கே உரிய செருக்கில் கூறினாள். அதனால் இரண்டு நாட்கள் சாப்பிடாமல் இருந்ததை பார்த்த பெருமாள் அவளது குழந்தையின் பாதுகாப்பிற்கு பொறுப்பேற்று சத்தியம் செய்து தரவே அமுதா சாப்பிட ஆரம்பித்தாள்.

இரண்டு மூன்று மாதங்கள் துக்க வீடாக இருந்து இப்போது இயல்பு நிலைக்கு திரும்பி இருந்தது. அப்போது தறியை முழுமையாக கற்றிருந்தாள். வயிறும் கொஞ்சம் கொஞ்சமாக பெருக்க தொடக்கி இருந்தது. அவ்வப்போது வானதி மட்டும் வந்து பார்த்துப் போனாள். மங்கை வரவில்லை என்றாலும் அமுதாவின் பழைய கல்லூரி நண்பர்களிடம் அவளுக்கு ஏதேனும் காதல் இருந்ததா என்பதை பற்றி கொஞ்சம் விசாரிக்க தொடங்கி அதன் முடிவாக அமுதாவின் கர்ப்பத்திற்கு காரணம் யார் என்ற மர்மம் இன்னும் திடமாகவும் அதே நேரத்தில் அவளுக்கு சிலர் மேல் சந்தேகம் இருக்கத்தான் செய்தது இருந்தும் அவளின் சந்தேகத்திற்கு எந்த ஒரு சாத்தியமும் அவர்களிடம் அவளுக்கு தெரியாததால் விட்டு விட்டாள்.

பின்னாளில் வயதானவர்கள், இரண்டாம் திருமணம், உடலில் ஏதேனும் குறைபாடு உள்ளவர்கள் என பொண்ணு கேட்டு போனார்கள். எதற்குமே அமுதா சம்மதிக்கவில்லை. ஏன் இவை எல்லாவற்றிற்கும் காரணமான அவன் வந்து கேட்டாலும் கூட வேண்டாம்

என்ற மனநிலையில் தான் இருந்தாள், இருந்தும் விட்டாள். அவள் இப்படி இருந்தது பெருமாளுக்கு வருத்தம் தான் எனினும் தொழிலில் அவள் செய்த உதவி அதை சமன் செய்திருந்தது.

அவனை இழந்ததில் தனக்கு எந்த வருத்தமும் இல்லை எனவும் அவனால் இழந்ததை நினைத்து தான் தனக்கு வருத்தம் எனவும் சொல்லிக்கொண்டாள். உண்மையில் அவள் ஏமாந்து இழந்து விடவில்லை பெற்றுக்கொண்டாள். இதையெல்லாம் அவள் யாரிடம் சொல்லுவாள்? அந்த தடதடவென்று இடைவிடாது கேள்வி எழுப்பும் தறியிடம் தான். அதுவும் இரவு வேலையில் ரகசியமாக. இரவு வேலை என்றால் மகளை ரேழியில் படுக்க வைத்து விட்டு அவள் மட்டும் தனியாக தான் வேலை செய்வது வழக்கம். அப்போது தான் கொஞ்சம் அவள் வாய் திறந்து தடங்கலோ தயக்கமோ இல்லாமல் பேசுவாள். அப்படி பேசும் வேளையில், அழுது புலம்பியாவது அவனை நிறுத்தி வைத்திருக்கலாம். ஆனால் அது நிறுத்தி வைப்பது இல்லை இறுக்கி வைப்பதாகுமே என்று விட்டு விட்டாள்.

நான் அவ்வளவு சாபங்களை அவன் மீது கொட்டி இருக்க வேண்டாம். சாபத்தின் தாக்கம் அவனை என்ன செய்திருக்குமோ? ஒருவேளை உயிரை எடுக்கும் அளவிற்கு சென்றிருந்தால்? என்ன செய்வாள் அப்போது அவள் நிலைமை அப்படி. இப்போது மட்டும் என்ன? ஆனால் அப்போது இருந்த கோபம் இப்போது இல்லையே, வருத்தமும் அழுகையும் தான் மிச்சம்.

இப்போதெல்லாம் கண்ணீரும் வருவதில்லை. துடைக்கும் அளவிற்கு இல்லை என்றாலும் சிறு கசிவாவது இருக்குமா என்று பட்டறையில்

மாட்டப்பட்ட கண்ணாடியில் பார்ப்பாள். கண்ணே உணராததை கண்ணாடியா காட்டி விடப்போகிறது. அது உணர்ச்சியின் விளைவு பிம்பங்களை காட்டுமே தவிர உணர்ச்சியை காட்டாது அல்லவே. அவளுக்கு அவனை மிகவும் பிடித்திருந்தது. அவன் இவளை எவ்வளவு பிடித்திருக்கிறது என்பதற்கான அளவீடு கூறுவானே அதை விட மிகையாக பிடித்திருந்தது. அதை அவனிடம் உணர்த்தத்தானில்லை, அவனைப்போல் வார்த்தைகளால் சொல்லியாவது இருக்கலாமே. அதற்காகவே அவளை அவள் பாவி! பாவி! என்று சொல்லிக்கொள்வாள்.

அவன் தன்னை விட்டு செல்லும் அளவிற்கு ஏதோ குறை தன்னிடம் இருபதாக நினைத்துக் கொண்டாள். அதை அவனிடம் இருந்து எப்படியாவது தெரிந்து கொள்ள வேண்டும் என நினைத்திருக்கிறாள். இந்த வருடம் கேட்கலாம் அடுத்த வருடத்திற்குள் கேட்கலாம் என கால நிபந்தனையை நீட்டிக் கொண்டே போனாளே தவிர அது எப்போதும் இன்று நாளை கேட்டு விடலாம் என்று சுருங்கியதே இல்லை. இப்படியே நகர்ந்து இப்போது கேட்டு என்ன பயன்? என்றளவுக்கு காலம் நகர்ந்து விட்டது கேட்கா குறையுடனே. அவள் இப்போது அதை தெரிந்து கொள்ளவும் சரிசெய்ய வேண்டும் என்ற எண்ணத்தையும் விட்டு விட்டாள். தன் மகளுக்கு தன்னை பிடித்திருக்கிறது, அப்பா இன்னும் என்னை வீட்டிலிருந்து விரட்டாமல் இருக்கிறார். வேறொரு வீட்டுபிள்ளையாய் இருந்தாலும் பழனி என் நிலைமை புரிந்து நான் மறைப்பதை ஒளிந்திருந்து கூட கண்டுகொள்ள நினைத்தது இல்லை. இவர்களுக்கு நான் முக்கியம் அது போதும்.

தனக்கென தனி சுபாவத்துடன் இருப்பவர்களை தனது விருப்பங்களை புகுத்தி தனக்கு தேவையானது போல்

மாற்றி கொள்ளாமல் அப்படியே ஏற்றுக்கொண்டு நேசிப்பது தானே மனிதம். அவர்களை அப்படியே ஏற்றுக்கொள்வதில் என்ன சிரமம் இருக்க போகிறது. இங்கு மாற்றிக்கொள்ள முடியா கொள்கைகள் கொண்ட இருவேறானவர்களே சேர்ந்து கொள்கிறார்கள் என்ற போது மாற்றிக்கொள்ளக்கூடிய குணங்களை காரணம் காட்டி ஏன் பிரிய பார்கிறார்கள்?

ஒருவேளை அவர்கள் தன்னை நல்லவர்களாக காட்டிக்கொள்ள இன்னொருவரின் குணத்தின் மீது குற்றம் சுமத்துகிறார்களோ? என்ன செய்வது மற்றவர் போற்ற நல்லவராய் இல்லா விட்டாலும், மற்றவரை குறை சொல்ல வேண்டியேனும் நல்லவனாய் வாழ வேண்டிய கட்டாயத்திற்குள் நம்மை உட்படுத்திக் கொள்கிறோமே. அவர்கள் தனக்கான கலப்பின பயிர்களை நாளை கண்டு பிடித்து விடலாம் என்று நம்புகிறார்களா? மனிதர்களில் இன்னும் அந்த ஆராய்ச்சியை ஆய்வாளர்கள் மேற்கொள்ளவில்லையே. ஏன் மதகுருமார்கள் கூட எல்லோரும் ஏற்றுக்கொள்ள கூடிய ஒரு மார்க்கத்தையும், புனித நூலையும், கடவுளையும் உருவாக்க முடியவில்லையே. பாவம் இவர்கள்! ஏனென்றால் இவர்கள் நாளைய நம்புகிறார்கள் என்று தறி ஓட்டமும் எண்ணஓட்டமும் போட்டிப்போட்டு கொண்டு தான் மறுநாள் விடியும்.

இராமசாமி இந்த ஊருக்கு வந்து ஒரு வருடம் கடந்த பின்பு அவர் வேலையில் இருந்து ஓய்வு பெறும் கடைசி ஒரு வருடத்திற்காக அவர் இங்கு தலைமையாசிரியராக அனுப்ப பட்டிருந்த காலக்கெடு முடிந்து கிளம்ப தயாரானார். பழனி சொன்னான் என்பதற்காக அவர் இரண்டு நாட்கள் அங்கு தங்கினார். இருவரும் சேர்ந்து ஊர் சுற்றினார்கள், தியேட்டருக்கு சென்றார்கள், காடு கழனி என நன்கு சுற்றினார்கள். அப்போது தான் அவர் அந்த ஒரு வருடத்தில் முதன்முறையாக அமுதாவின் பட்டறைக்கு வந்தார். தறியை பார்த்தார். அதன் பக்கம் சென்று பார்த்து கொண்டிருந்தவரை "என்ன தமிழ் ஐயா நம்ம பக்கலாம்" என்ற படி "வாங்க வாங்க, அடியே தண்ணி எடுத்துட்டு வா" என்று வரவேற்றாள்.

அமுதா அப்போது புத்தகம் படிக்க தொடங்கிய சமயம் என்பதால் ஆங்காங்கே புத்தகங்கள் கிடத்த பட்டிருப்பதை கண்டு "நீ புத்தகமெல்லாம் படிப்பியா? பரவாயில்லையே" என்று பாராட்டி கொண்டு கையில் ஒரு புத்தகத்தை எடுத்து புரட்டி பார்த்தார். அது ஒரு தமிழ் இலக்கியம். தி.ஜாவின் மரப்பசு என்ற நாவல்.

"இத படிச்சியா?"

"இல்லை படிச்சிட்டு இருக்கேன், அவ்ளோ ஒன்னும் நல்லா இல்லை. வானதி சொன்னாளேனு படிக்கிறேன்"

"இதையா நல்லா இல்லைன்னு சொல்ற? அதுல வர்ற அம்மணிய காதலிக்காத ஆண்கள் இருக்காங்களா

என்ன? அப்படி ஒரு பெண்ணாச்சே அவ" என்று பழைய காதலியை நினைவு கூறும் கிறக்கத்தில் கூறினார்.

"அவளையா? சீ" என்று அந்த பெரிய முகத்தை முடிந்தளவு சிறிதாக்கி சொன்னாள்.

"நீ இந்த புத்தகத்தை முடிக்கும் போது நிச்சயம் அவளை நீ இப்படி சொல்ல மாட்ட, அதுவும் இல்லாம இப்ப சொன்ன சீ-க்கு வருத்த படுவ. இத படிக்கிற நீ ஒரு ஆணா இல்லாம போனது உன் துரதிஷ்டம்" என்று அதனை பற்றிய புகழாரத்தை நீட்டிக்கொண்டே போனார். அதை கேட்டு அவளுக்கு அதை சீக்கிரம் படித்து முடிக்க வேண்டும் என்ற ஆவல் உருவாகிற்று.

அவர் அவளை மேம்படுத்தவும் அவளின் அழுத்தமான தனிமையில் கொஞ்சம் தளர்வுகளை ஏற்படுத்தும் பொருட்டு தன்னுடன் திரும்ப கொண்டு செல்ல தயார் நிலையில் அட்டைப்பெட்டியில் அடுக்கப்பட்டிருந்த புத்தகங்கள் அனைத்தையும் அவளுக்காக கொடுத்து விட்டு சென்றார்.

பழனியும் அழுவான் என்பது அப்போது தான் அமுதாவிற்கு தெரியும். அப்படி ஒரு சிநேகம் அவர்களது. அதன் பிறகு அவரை பார்க்க பழனி அவரின் வீட்டுக்கு எப்போதாவது சென்று வருவான். அவருமே அதன் பிறகு ஒரு முறை வந்து போனார். ஒரு நாள் அமுதாவும் பழனியும் சேர்ந்தே அவர் இறப்புக்கு சென்று வந்தனர்.

அமுதா ஒரு முறை கூட புத்தகத்திற்கென செலவு செய்ததில்லை. வானதி வரும் போதெல்லாம் ஓரிரண்டு புத்தகம் கொண்டு வந்து கொடுத்து விட்டு செல்வாள். அப்படி ஒரு முறை வரும் போது மிகவும் கர்வத்துடனும்

பெருமையுடனும் தன் நண்பன் எழுதியதென ஒரு கவிதை நூலைக்கொடுத்தாள். வருடம் ஒன்று என்ற கணக்கில் அவரின் சிறுகதைகளும் சிறந்த கவிதைகளுமாக வந்து கொண்டு இருந்தது.

அமுதாவும் அடுத்தது எப்போ என்று கேட்டு வானதியை தொல்லை செய்வாள். அவர் கவிதைக்கு அப்படி ஒரு ரசிகை அமுதா. அப்போதெல்லாம் அமுதாவிற்கு வானதியிடம் பேச அவரை பற்றிய விசயங்களை தவிர வேறேதும் இருப்பதாய்தெரியவில்லை. அந்த அளவிற்கு அவ்வளவு கேள்விகள் அவளை நோக்கி கேட்டுகொண்டே இருந்தாள்.

"அவரை நம்ம வீட்டுக்கு வர சொல்லட்டுமா" என்று வானதி கேட்டபோதெல்லாம் "வேணாம், அடுத்த புத்தகம் வந்தா மட்டும் சொல்லு" என்று முடிவாக சொல்லி விடுவாள்.

பின்னாளில் அவன் என்பது மாறி அவராக மருவி இருந்தது. அந்த அளவிற்கு அவர் நிலை உயர்ந்திருந்தார் இலக்கிய உலகத்திலும் அவரை தெரிந்திருந்த மனிதர்களிடமும்.

வானதிக்கு அமுதாவை அவருக்கு கல்யாணம் செய்து கொடுக்க வேண்டும் என்று ஆசை.

"தனக்கு பிடித்த பெண் எந்த ஜாதியாக இருந்தாலும் என்ன தொழில் செய்தாலும் விபச்சாரியாகவே இருந்தாலும் ஏற்றுக்கொள்ளும் பக்குவம் தான் முற்போக்கே தவிர பிடிக்காதவளை எற்றுக்கொள்வது அல்ல." என்று ஒரு முறை அவர் கூறியது வானதிக்கு நினைவு வந்தது.

இவளை இப்படியே ஏற்றுக்கொள்ள அவரால் தான் முடியும் என்று நம்பினாள். அதற்கு அவருக்கு இவளை பிடிக்க வேண்டும். பிடித்திருந்தால் யாரையும் கட்டிக்கொள்வார்.

அமுதாவும் அதற்கேற்ற படி அவரை பற்றியே விசாரிப்பது என்றிருந்தாள். அதே வேளையில் அமுதா அவரை கல்யாணம் செய்து கொள்ள தயாராக இல்லை. அவரை என்றில்லை, யாரையுமே தான்.

அவளுக்கு அவர் மேல் காதலோ காமமோ அல்லது இரண்டுமோ கொண்டிருந்தாள் என அவள் அவர் புத்தகத்தின் அட்டைப்படத்தில் இருந்த அவரின் புகைப்படத்தை பெரிது படுத்தி புத்தக அலமாரியின் இடையில் வைத்திருந்ததை வைத்து வானதி புரிந்து கொண்டாள்.

இது ரசிகைகான நடத்தை போலவும் தெரியவில்லை. காதலுக்கும் ரசிகதன்மைக்கும் வித்தியாசம் காண்பது மிகவும் கடினமான ஒன்று. அதை அவளிடமே கேட்டு தெரிந்து கொள்ளலாம் என்றால் இரண்டும் இல்லை என்று மறுத்து விடுவாள்.

பின் ஏன் அவரை பற்றி கேட்பதும் புகைப்படத்தில் புதைந்து கிடப்பதுமாக இருக்க வேண்டும் என்று கேட்கலாம். அதனால் அவள் வீம்புக்கென்று படிப்பதை நிறுத்தி விடலாம். அதனால் பழைய படி சோகமும் அமைதியுமாக அழிந்து போக நேருமென விட்டு விட்டாள்.

ஆனால் அவளுக்கு அவர் மீது காதல் என்பது மட்டும் நிச்சயம். இப்படியே விட்டு விட்டாள் ஒரு கட்டத்திற்கு மேல் அவளே திருமனத்திற்கு சம்மதித்து விடுவாள் என

நினைத்து விஷயத்தை ஆறப்போட்டு விட்டாள். ஆனால் அது பலனளிக்குமுன் அவருக்கு திருமணம் ஆகி விட்டது.

அதை அமுதாவிடம் சொன்ன போது துளி கூட எந்த ஒரு முக மாற்றமோ மன மாற்றமோ இல்லாமல் எப்போதும் போல் இருந்து விட்டாள். அவரின் புத்தகத்தை திரும்ப திரும்ப படிப்பதுமாக, புகைப்படத்தில் முகம் புதைப்பதுமாக.

எனக்கு அவளை பிடித்து தான் இருந்தது. என்னை சந்தோசப்படுத்தும் திறன் உள்ள பெண்ணாக உள்ள மட்டும். காலையில் போன் செய்து இந்த வாரம் ஞாயிறு வர முடியுமா எனக் கேட்டாள். இரண்டு வாரத்திற்கு முன்பு தான் பார்த்து விட்டு காமமும் காதலுமாக பின்னி பிணைந்து விட்டு வந்தேன். பின் ஏன் இவ்வளவு சீக்கிரம் வர சொல்கிறாள் என்று புரியவில்லை. சரி, பயண அலுப்பை தவிர அதில் என்ன நஷ்டம் இருந்து விடப் போகிறது என்று கிளம்பி போனேன். இந்த முறை அவள் எனக்கு முன் வந்திருந்தாள். பேருந்து நிலையத்தில் இருந்து எங்கும் செல்லவில்லை. அருகில் உள்ள விடுதியில் ஒரு அறையை வாடகைக்கு எடுத்திருப்பதாக கூறி என்னை அங்கு அழைத்து போனாள். விடுதியில் நாங்கள் சந்திப்பது இதுவே முதல் முறையாகும்.

"என்னடி இன்னைக்கு வித்தியாசமா நடந்துக்கிற?" என்றவனை இறுக்கி அணைத்துக்கொண்டாள். எப்போதும் இல்லாதது போல், எப்போதும் நான் அவளிடம் கேட்டதை போல் இந்த முறை அவளே கூடலை தொடங்கினாள். எல்லாவற்றையும் அவளே செய்தாள். ஒரு சர்வாதிகார ஆட்சியில் அடிமையாய் நானும், தலைமை பீடத்தில் அவளும் என்பது போல் அவள் என்னை நடத்தினாள் எனக்கு பிடித்ததை போல்.

எல்லாம் முடிந்து பக்கத்தில் என்னை விட்டு தள்ளி படுத்திருந்தாள்.

கொஞ்சமாக குறைந்திருந்த முச்சிரைப்பின் ஊடே "என்னை கல்யாணம் பண்ணிகிறியா?" என்று கேட்டாள்.

"என்ன புதுசா கல்யாணத்தை பத்தியெல்லாம் பேசுற?"

"பேசணும்னு தோனுச்சு நீ என்ன சொல்ற?"

"நான் என்ன சொல்றது, நல்லா பண்ணிக்கலாமே இப்பவே பண்ணிக்கலாமா?" என்று தயாராக இருப்பது போல் பாசாங்கு செய்தேன்.

"இப்ப வேணாம், நாளைக்கு வந்து பேச முடியுமா எங்க அப்பாகிட்ட?"

"உண்மையா தான் சொல்றியா, பேசி ஒத்துகலையுனா?"

"ஒத்துகலையுனா விட்ற வேண்டி தானா, கர்ப்பமா இருக்கேன்னு சொல்லி பாக்கலாம்"

உடனே நான் கொஞ்சம் வாய் விட்டு சிரித்த படி, மறுபடியும் அவளை நெருங்கி மற்றொரு முறை கூடலுக்கு தயாரானேன். அவள் அப்படியே என்னை தடுத்து நிறுத்தி "சொல்லு என்னனு, நான் அதுக்கு ஏத்த மாறி தயார் பண்ணனும்" என்று சொன்னாள்.
பிடித்து நிறுத்திய கையை விலக்கி விட்டு "அதான் ஒரு ஐடியா சொன்னியே அதுக்கு தயார் பன்னுவோம்" என்று என்னை நோக்கி இழுத்தேன்.

"அதுலாம் தயாரா தான் இருக்கு" என்று என்னை பார்க்காமல் கூறினாள்.

"புரியல தயாரா இருக்குனா?" என்று கண்களை இடுக்கிக் கொண்டு புரியும் படி கூறு என்பது போல் கோபமாய் கூறினேன்.

"நான் கர்ப்பமா இருக்கேன், ரெண்டாவது மாசம்."

"உனக்கு ஏன் புத்தி இப்டி போகுது, அதுலாம் இருக்காது." என்று பதறிய மனநிலையை ஒருவாறு அடக்க நினைத்து அதில் தோற்று போனவனாய் உடல் உதர கூறினேன்.

உடனே ராஜா வீட்டு கன்றுக்குட்டி நாளளயை தீனியை பற்றி கவலை பட்டது. என்வயதுக்கு குடும்ப வாழ்கை ஒத்து வருமா? எனக்கு குழந்தை பெற்று வளர்க்கும் அளவிற்கு பக்குவம் வந்து விட்டதா? இவளுக்கும் குழந்தைக்கும் சேர்ந்து சம்பாதிக்க வேண்டுமே? என்னையவே எங்க அப்பா தான் பாத்துக்கிறார் இதுல எங்கன்னு எனக்குன்னு ஒரு குடும்பம்?

இப்படி கேள்விகளாக எழுந்தது. இதற்கெல்லாம் 'அப்ப படுக்கும் போது இதெல்லாம் யோசிக்கலயா?' இப்படி ஒரு கேள்வியும் பதிலாக எனை நோக்கி எழுமே.

"நீ படித்த இலக்கியம் என்னை உன் கூட படுக்க சம்மதிக்க வைக்க மட்டும் தான் பயன்பட்டுச்சா? அது உனக்கு அறம் சொல்லி தல்லயா?"

இப்படி அடுக்கடுக்கான கேள்விக்கு "ஆமா" என்பதை தவிர வேறென்ன என்னால் சொல்லி விட முடியும். ஆனால் அப்படி எதுவும் சொல்லவில்லை.

"இப்ப அறம் தவறி என்ன செஞ்சுட்டேன்? கொஞ்சம் பொறு." என்று கேள்விக்கு நேரம் ஒதுக்குவது போல இதில் இருந்து நான் ஒதுங்குவதற்கு யோசித்து கொண்டிருந்தேன்.

எனக்கு அவளுடனான இந்த வாழ்க்கை பிடித்து தான் இருந்தது சேர்ந்து வாழ வேண்டும் எனும் போது தான் மனம் ஒப்பவில்லை.

நான் அவளுடனான புணர்தலில் இப்படி அப்படி இருக்க வேண்டும் என சிந்தித்திருக்கிறேனே தவிர இதைப்பற்றி எப்போதுமே நினைத்து பார்த்தது கிடையாது. எனது பெண்கள் பற்றிய படிப்பு, அனுபவம், தேடல், ரசனை எல்லாம் இவளுடனா முடிய வேண்டும்? இவளை கட்டிக்கொண்டு தொடரலாம் என்றாலும் அது இவளுக்கு செய்யும் துரோகம் இல்லையா? நான் பெண்களை அறிவதில் இவள் குறிக்கிடா விட்டாலும் இவள் இருக்கிறாள் என்றொரு குறிக்கீடு இருக்க தானே செய்யும்.

இவளை இப்படியே விட்டு சென்றால் கூட இதை கடப்பது ஒன்றும் அவ்வளவு கடினம் அல்ல. அழுது புலம்பி விட்டு ஓரிரு மாதங்களில் வலிகள் மறந்து வடுவாக மாறிவிடும். வடு படதா காயமாய் கூட இருக்கலாம். அது அவள் இதை எப்படி எடுத்துக் கொள்வாள் என்பதை பொருத்தது. இதை விடுத்து தற்கொலைக்கு முயன்றால் இல்லை செய்து கொண்டாள்? என்ற பயம் ஒருவாறு பற்றிக்கொண்டது. அவள் அப்படியெல்லாம் செய்யமாட்டாள். எவ்வளவு இரும்பு மனம் என்று அதில் புகுந்த எனக்கு தெரியாதா, அவள் இதற்காக அழுவாளா என்பதே சந்தேகம் தான். தன் கருவை கலைத்து விட்டு அதை மறக்க உடனே கல்யாணம் செய்து கொள்ளும் மற்ற பெண்களை போல இவளும் தயாராகி விடுவாள் என்று எனக்குள் நானே தேறுதல் சொல்லிக்கொண்டேன்.

"என்ன இவ்வளவு யோசிக்கிற?" என்று என் கையை தட்டிக்கேட்டாள்.

"நீ இத விட அதிகமா யோசிச்சிட்டு தானே வந்து என்னை இங்க வர சொல்லி இப்படி மாட்ட வைச்சிருக்க?" என்று பல்லை கடித்துக் கொண்டு கேட்டேன்.

"மாட்ட வச்சிருக்கான?" என்று ஏமாந்தவள் போல் வந்த அழுகையை அடக்கிக் கொண்டு கேட்டாள்.

"நான் அப்படி சொல்லல, நீ யோசிச்சு தானே இந்த முடிவ எடுத்திருப்ப, அது மாறி எனக்கும் நேரம் கொடுன்னு சொன்னேன்" என்று ஒருவாறு சமாளித்துக் கொண்டேன். "நான் ஊருக்கு போயிட்டு யோசிச்சு, வீட்டுல பேசி பாக்குறேன்."

"இதுல யோசிக்க என்ன இருக்கு?" என்று பக்கத்தில் இருந்த டி.வி ரிமோட்டை எடுத்து சுவற்றில் வீசி எறிந்தவாரு கத்தினாள்.

இவள் இதற்கு மேலும் கோவக்காரி என்பது எனக்கு தெரியும். ஆனால் அதை என்னிடம் காட்டுவது இதுவே முதல் முறை என்பதால் கொஞ்சம் நடுங்கி போனேன்.

அவளை இப்போது கட்டிப்பிடித்து சமாதானம் செய்து விடலாம், ஆனால் மனம் வரவில்லை. ஒருவேளை அதுவே அவள் பக்கம் இசைந்து விட்டேன் என்று புரிந்து கொண்டாள். இனிமேல் அவளை தொடுவது கூடாது. காமத்தால் மட்டும் அல்ல, எதற்குமே கூடாது.

'இது என் குழந்தை தானா?' என்று கேட்டு தப்பித்து விடலாமா?, அது கோபத்துடன் பழிவாங்கும் எண்ணத்தையும் உண்டாக்கும். அவளுக்கு நான் அவளை கட்டிக்கொள்ள மாட்டேன் என்பதை சிறிதேனும் கசிய விட்டாலும் போதுமே அவள் நினைத்தால் என்னை இங்கேயே நிறுத்தி விட முடியும். வெளியே போனால் பத்தில் ஏழு பேர் இவளுக்கு தெரிந்தவர்களாக தான் இருப்பார்கள். ஒருவேளை அதற்காக தான் இந்த விடுதியை தேர்ந்தெடுத்திருப்பாளோ? ஏதேனும் சொல்லி விட்டு முதலில் இங்கிருந்து கிளம்பி விட வேண்டும்.

ஏன் தப்பிக்க வழி தேடிக்கொண்டிருக்கிறேன். இவளை விட வேறொருத்தியை துணையாக அடைந்து விட முடியும் என நம்புகிறேனா, இது நாம் நாளை உயிருடம் இருப்போம் என்பது போன்ற அகம்பாவ போக்கு இல்லையா? இருமண சிந்தனைக்கு இது நேரமில்லை என்றபடி,
"நான் போயிட்டு வீட்டுல சொல்லி கூட்டிட்டு வர்ரேன்." என்று ரிமோட்டை எறிந்துவிட்டு அதற்கு எதிர் திசையில் முகம் திருப்பி நின்றவளை பார்த்து கூறினேன்.

"ம்ம், நானே நாளைக்கு கால் பன்றேன், உன்னை நம்பி தான் இருக்கேன். ஏன்னா எனக்கு கருவை கலைக்குறதுல விருப்பம் இல்லை அத பண்ணவும் மாட்டேன்."

"சரி எங்க வீட்டுல ஒத்துகலையுனா?"

"அவ்வளவு கேவலமானவங்கள நீங்க?"

"என்ன இப்படியெல்லாம் பேசுற." என்று அந்த வார்த்தை ஏற்படுத்திய வலியால் முகத்தில் சோகமும் கோவமும் கலக்க கேட்டேன்.

"அப்புறம், அவுங்க சம்மதிச்சா என் கூட ப்படுத்த? அந்த மாறி தான் ஒத்துகலையுனாலும் கட்டிக்கணும்" என்று மிரட்டும் தொனியில் சொன்னாள்.

அது என்னை மேலும் தலைகுனியும் படி செய்யவே அங்கிருந்து செல்ல தயாரானேன்.

"சரி நான் வர்ரேன்"

"நாளைக்கே வா"

சொல்வதென்றால் அவளை நான் மறந்தே விட்டிருந்தேன். அதற்கடுத்து வந்திருந்த மங்கையர்கள் மறக்கடித்திருந்தார்கள் என்று தான் சொல்ல வேண்டும். ஏன் அமுதாவின் ஊரிலே மூன்று பெண்கள் எனக்கு பழக்கம். அவர்களின் உடலும், உடலை விட ரகசியமான மன அந்தரங்கங்களும் எனக்குத் தெரியும். அதில் ஒருத்தியாக அவளது முப்பத்திரண்டு வயது சித்தியும் அடக்கம்.

அவ்வப்போது அங்கு செல்லும் போது தொடங்கிய நெருக்கம் அது. அதற்கு மேலும் பெண்களை நான் தேட வேண்டி இருந்தது. தேடி திரிந்திருக்கிறேன். நான் படித்த தீவிர இலக்கியம் எனப்படும் பெண்களை பற்றிய புத்தகங்கள் கூறியது உண்மையா என ஆராய, சுயநலமாக சுகத்தின் புதுமைக்காகவும் தேடி செல்ல வேண்டி இருந்தது.

சென்னையில் டி.வி.எஸ்-ல் வேலை செய்யும் போது தான் குமார் எனக்கு பழக்கம். அவன் என்னை விட அனுபவசாலி வேலையிலும் பெண்கள் விசயத்திலும். அதனாலே இருவரும் திடமான நண்பர்கள் ஆனோம். அதன் பலனாக அவன் மூலம் எனக்கும் என் மூலம் அவனுக்கும் பல பெண்கள் அறிமுகமானார்கள். அவனை முந்த வேண்டுமென்ற வேகமெல்லாம் அப்போது இருந்தது இப்போது வரை முடியவில்லை. அப்போது போல் இருக்க இப்போது விரும்பவில்லை என்பதும் அதற்கு ஒரு காரணம்.

நான் அறிந்த பெண்களில் இருவரை எப்போதும் முதன்மை படுத்த விரும்புகிறேன். ஒன்று சுப்புலட்சுமி மற்றொன்று அமுதா. சுப்புலட்சுமிக்கு திருமணமாகி இரண்டு குழந்தைகள் இருந்தது. நான் பழகிய புறத்தில் பேரழகி பலரில் அவளும் ஒருவர். அகத்தால் அனைத்து வைத்திருந்த சிலரில் அவளே முதல்வர். பாசக்காரி என்று அழைக்க முழு தகுதியும் உடையவள். சென்னையில் நான் இருந்த சில காலத்தில் என்னை தாயுள்ளம் கொண்டு அரவணைத்து பார்த்து வந்தவள். அவளை நான் கல்யாணம் செய்திருக்கலாம் என்று எத்தனையோ முறை அவளிடம் சொல்லி இருக்கிறேன்.

"இப்ப கூட ஒன்னும் கெட்டு போகல, நீ சரின்னு சொல்லு நாளைக்கே உன் கூட ஓடி வந்திர்றேன்." என்று அடிக்கடி தான் என்றாலும் முதல் முறை சொல்வது போலவே குலைந்து கொண்டு கூறுவாள்.

"அப்படியா சரி பண்ணிக்கலாம். அது ஒன்னும் பிரச்சனை இல்ல, நான் முற்போக்கா பன்ற விஷயத்தை ஊர் என்ன சொல்லும்?" என்று கேள்வி எழுப்பி முழுப்பும் பதிலாக "பொம்பள வெறியில கல்யாணம் ஆனவள கூட்டிட்டு வந்துட்டேன்னு சொல்ல மாட்டாங்க? அதுக்கு தான்" என்றேன்.

எத்தனையோ நல்ல குணங்கள் அவளிடம் இருந்தாலும் எனக்கு அவள் எச்சில் பண்டமாகத் தான் தெரிந்தாள். நிச்சயம் அவளுக்கு கல்யாணம் ஆகாமல் இருந்திருந்தால் கட்டிக்கொண்டிருப்பேன். யாருக்கு தெரியும் அப்போது வேறொரு மாற்றுக்காரணம் எழலாம்.

இரண்டாவதாக அமுதா, அவள் யார் என்றால் "யாரையாவது காதலித்திருக்கிறாயா?, உனது முதல் காதல் யார்? உன் முதல் சிற்றின்ப பேராசையின் தீனி

யார்? நீ யாருடனாவது உடலுறவு வைத்திருக்கிறாயா? முதல் தீண்டல் யாருடன்?" போன்ற இவற்றில் ஏதேனும் ஒரு கேள்வியை கேட்பவர்களுக்கு பதில் தான் அவள். அவளை நான் ஏமாற்றி விட்டேன் என நினைக்கிறாள். அவள் எனது தேவை, அவள் எனது பயன், அவ்வளவே அவள், அதை தாண்டி எப்படி யோசிப்பது, யோசித்தேனா என்ன? அப்ப அவளிடம் சொல்லியதனைத்தும் என்ன? நம்பும்படியாகவா சொன்னேன்? நம்ப சொன்னேன் அவ்வளவே என் தவறு.

அவளை மறக்க முடியாததற்கு அவள் எனக்கு முதல் என்பதால் அல்ல. நான் பார்த்த எவரிலுமே அவள் போல் ஒத்த குணம் உள்ளவர்களை கண்டதில்லை. அவளுக்கு வெக்கப்பட்டு காதலுக்கான நேரத்தை விரயமாக்க பிடிக்காது. காத்திருக்க விடமாட்டாள். பெண்களுக்கே உரிய வார்த்தைகளை மறையாக்கம் செய்யும் உக்தியை அவள் என்னிடம் பயன்படுத்தியதே இல்லை. அவள் விருப்ப படி நான் அவளையே கல்யாணம் செய்து கொண்டு இருந்திருந்தால் இப்படி ரசித்து வாழ்ந்த வாழ்க்கையை இழந்திருப்பேன். நாமக்கல்லுக்கும் தேவகோட்டைக்கும் என எனது பயணம் குறைந்திருக்கும். அப்படியே முடிந்தும் இருக்கும்.

இந்நேரம் கணவன் குழந்தைகள் என சாதாரணமாகவோ, அவளின் தோழிகள் பொறாமைப்படக் கூடிய செல்வந்த வாழ்க்கையவோ வாழ்ந்து கொண்டு இருக்கலாம் அல்லது கணவன் சரியில்லை என்று விவாகரத்திலோ, இல்லை வேறொரு ஆணுடன் ரகசிய உறவிலோ இருக்கலாம்.

அவள் மட்டும் தான் நான் பிரிந்தவர்களில் ஏமாற்றி விட்டேன் என்று புலம்பிக்கொண்டும் சாபத்தை

கொட்டிவிட்டும் பிரிந்தவள். மற்ற பெண்கள் எல்லோரும் திருமணம் செய்து கொண்டும் கணவனின் வேலை மாற்றத்தால் இடம் மாற்றிக்கொண்டும், பிழைக்க வந்த ஊரை விட்டு சொந்த ஊருக்கும், சொந்த ஊரில் இருந்தவர்கள் வேலைக்காக வெளியூருக்கும், ஒருத்தி மட்டும் மரணத்தாலும் பிரிந்து சென்றிருக்கிறார்கள்.

அமுதாவை அவ்வப்போது நினைத்தாலும் அவளை அறிய ஒரு போதும் நினைத்ததில்லை. இப்போது மட்டும் அவள் பழைய மாதிரி ஒல்லியான தேகத்திற்கு மாறாக கொஞ்சம் கணத்திருந்தால் அவள் நான் சந்தித்தவர்களிலே பேரழகியாய் இருப்பாள். அப்படி அவளைக் காண நேர்ந்தால் அடைய வேண்டும் என்று தோன்றும். நிச்சயம் அது முடியாது. இந்த ஏழு வருடத்தில் என் மீதான வெறுப்பு பல்கி பெருகி இருக்கும். அவளை விட்டது விட்டது தான். வானதியிடம் தொலைபேசியில் பேசும் போது கூட அவளை பற்றி விசாரிப்பது கிடையாது. எங்கு தெரிந்து கொண்டு விடுவாளோ என்று.

அவள் கல்யாணத்திற்கு கூட சொல்லவில்லை என்பது தான் கொஞ்சம் ஐயத்தை உண்டாக்குகிறது. ஒரு வேலை கெட்டுபோன தங்கையின் திருமணத்திற்கு எப்படி சொல்வது என்று கூட சொல்லாமல் விட்டிருக்கலாம். அதற்கு காரணம் நான் என தெரிந்திருக்காது, தெரிந்திருந்தால் இப்படி நேரம் கிடைக்கும் போதெல்லாம் என்னை அழைத்து இலக்கியம் பேசிக் கொண்டிருக்க மாட்டாள்.

ஏன் இவ்வளவு தூரம் அவளை பற்றி பேசுகிறேன் காமத்தின் கதவை திறந்து விட்டாள் அவ்வளவு தான். நான் அவளை விட்டு பிரியும் போது அழுக்கூட

இல்லையே அந்த பிரியோசனம் இல்லா கோவத்தில் மட்டும் தானே கத்தினாள். செத்தால் என் பிணத்தருகே கூட வந்து விடாதே என்று ஒரே அடியாக விரட்டியவள் தானே. இனி அவளுக்கும் எனக்கும் என்ன இருக்கிறது. அவளின் நிலையற்ற நினைவுகளை தவிர. ஒரு நாள் அதுவும் காற்றல் கலைக்கப்படும் மேகம் போல கலைந்து காணாமல் போய்விடும், போகட்டும் என்ற நினைவில் இருந்து விருப்பம் இல்லாமல் கையை பிடித்து வெளியே போட்டது போல யாழியின் அழைப்பு மணி ஒலித்தது.

முத்து திரும்பி வந்ததில் அமுதாவை தவிர எல்லோருக்கும் மகிழ்ச்சியே. இன்னும் சரியாக குணமடையும் முன்பு கிளம்பி வந்திருக்கிறான் என்பது கை கால்களை அசைக்கும் போது லேசான வலி இருக்கிறது என்பது ஒவ்வொரு அசைவிற்கும் முகம் சுழிப்பதை வைத்து கண்டு கொள்ள முடிந்தது.

அதுவும் இல்லாமல் மேற்கொண்டு அமுதாவை எரிச்சலூட்டும் விதமாக அன்றைக்கே வேலை செய்ய வந்த முத்துவை பட்டறைக்கே வந்து நலம் விசாரித்து விட்டு போவதும், வேலையை கெடுக்கும் விதமாக பேசி கொண்டிருப்பதையும் பார்த்தவள் "எல்லாருக்கும் நான் நல்லா இருக்கேன்னு ஒவ்வொரு வீட்டு கதவா தட்டி சொல்லிட்டு வாங்க. இன்னைக்கு சம்பளத்தோட விடுப்பு தர்றேன்" என்று கடுப்பாக சொல்ல, அப்போது முத்துவை விசாரிக்க வந்த கிழவர் அதை கேட்டு விட்டு வெளியே வந்தவர் நலம் கேட்க வருவோரிடம் "அந்த ராசசி அந்த பையனை திட்றா. வேலை முடிஞ்ச அப்றமா வந்து பாருங்க." என்று நிறுத்திவிட்டு போனார்.

அதன் பிறகு மாலை வேலை முடிந்த பின்பு பழனியும் முத்துவும் எப்போதும் போல் இரவு வரை பேசிக்கொண்டிருக்கும் டீக்கடையில் வந்து நலம் விசாரித்து விட்டு போனார்கள்.

அதற்கடுத்த ஒரு வாரத்தில் வேலைப்பளு அதிகரிக்கவே இரவும் பகலும் தறியை இயக்க வேண்டியதாயிற்று. அப்போது தான் முத்துவும் அமுதாவும் முதல் முறை இரவில் சேர்ந்து வேலை பார்க்கிறார்கள். அதனால்

அமுதாவின் மகள் முத்துவிடம் இரவு பதினோரு மணி வரை பேசி இருந்து விட்டு தூக்கம் வருவதாக சொல்லி விட்டு சென்று விட்டாள்.

பிறகு பேச்சுக்குரல் இல்லா அமைதியும், தறி தடதடக்கும் இரைச்சலும் சேர்ந்து முத்துவை எரிச்சலூட்டியது. அந்த எரிச்சலின் ஊடே நள்ளிரவுக்கு மேலாக அமுதாவின் பார்வை தன்னை நோக்கியது அவனுக்கு இதமாக இருந்தது.

அரிதான பார்வை பிறகு தன்னை அடிக்கடி நோக்குவதாக உணர்ந்து நாம் எதுவும் தப்பாக வேலை செய்கிறோமோ என்று தறியையும் தன்னையும் சுற்றிப் பார்த்துக் கொண்டான். தன்னிடம் ஏதும் பிழை இல்லை என்பதை உணர்ந்த போது அவள் பார்வையில் தான் பிழை என்பதை அறிந்தான்.

பிறகு அவனும் அவளுக்கு ஒத்துழைப்பு தரும் படி அவளை நோக்கினான். பார்வையின் தீவிரம் அதிகரிக்கவே தான் வந்த நோக்கம் நிறைவேறி விடும் போல என்ற சந்தோசத்தில் அவள் வேலை செய்த தறியிடம் சென்று தார் வேண்டும் என்பது போல் அங்கு தேடினான்.

பிறகு தேடலை விடுத்து அமைதியாக அவள் அருகில் நின்றான். அவள் இந்நேரம் எவ்வளவு வார்த்தைகளை கொண்டு தன்னை தாக்கி இருக்க வேண்டும் என்று நினைத்தவன். அவள் அமைதியின் அர்த்தம் இது தான் என்று புரிந்து கொண்டதை உறுதி செய்து கொண்டான்.

நெஞ்சம் பட படக்க அவள் கையை தொட்ட போது சுயநினைவு வந்தவளாக அவனை கண்கள் சிவக்க முறைத்தாள். தொட்டது தொன்னூறுக்கும் திட்டி

தீர்ப்பவள் இப்போது ஒருமுறைப்புடன் விட்டு விட்டாள். இதில் அவன் தவறு என்பது எதுவும் இல்லை. நாம் கொடுத்த இடத்தில் தான் அவன் நெருங்கி வந்தான் என தனது சபல புத்தியை நொந்துக்கொண்டாள்.

அமுதாவிற்கு முத்துவை பிடிக்கும் தான். தன் மகளுக்கே பிடித்த ஒருவரை அவளுக்கு பிடிக்காமலா போகும்? இருந்தாலும் காட்டிக்கொள்ளவில்லை.வீட்டார்கள் பார்க்க நேரும் படி அவனிடம் பேசிக்கொண்டு இருந்தாலோ ஏன் லேசாக சிரித்ததை கண்டால் கூட அவனுடனான திருமணப்பேச்சுக்களும் அதற்காக அவனையும் என்னையும் சம்மதிக்க வைக்க முயற்சிகள் நடக்கும் அதனால் தான் அப்படி நடந்துக் கொண்டாள்.

எத்தனையோ இரவுகளில் அந்த பழைய தொடுதலையும் தீண்டலையும் திமிரலையும் சிணுங்கலையும் வலியையும் சுகத்தையும் ஏன் இவையெல்லாம் நடந்தேறிய சுழலைக்கூட நினைத்து பார்த்துக்கொண்டு தான் அவளின் அதிக இரவுகள் கடந்திருக்கின்றன.
இன்றைய இரவிலும் அப்படி ஒரு நினைவின் இன்பத்திற்கு குறுக்காக நின்ற முத்துவை தனது பழைய காதலனாக பாவித்தது இவ்வளவு நாள் காத்து வந்த தனது கலங்கமில்லா வெள்ளை மனதை கோவிக்க செய்தது.

எண்ணங்கள் வெள்ளையாக இருக்கும் போது காமம் கறையாக தான் தெரியும்? காதல் கலந்த காமம் கறை அல்லவே அது வண்ணம். வெறும் வென்மை நமக்கு எதை உணர்த்திவிடப் போகிறது.வைராக்கியம் வைரத்தை விட கடினமானது அல்லவா? அது அன்றைய

இரவில் உடையவில்லை. மாறாக சிறு கீறல்களுடன் தப்பித்துக்கொண்டது.

அவனை முறைத்து விட்டு பழைய படி வேலையை செய்ய தொடங்கினாள். அமுதாவிற்கு இப்போது தான் கொஞ்சம் கொஞ்சமாக முத்துவை எதற்காக தன் அப்பா கூட்டி வந்தார் என்பது புரிய தொடங்கியது. தாமதமான புரிதலை எப்போதோ நம்மை நிம்மதி இழக்க செய்த சந்தேகம் தான் கொடுக்கும். இப்போது கூட அவள் நினைப்பது ஒரு அனுமானம் தான்.

அவன் மன்னித்து விடு என்று பக்கத்தில் நெருங்கும் போது அவளின் எப்போதும் மிரட்டும் பார்வையை கண்டு விலகி வந்து வேலையை தொடங்கினான். அதன் பிறகு அந்த இரவின் இடையில் அவள் ஒரு முறை கூட அவனை பார்க்கவில்லை.

விடிந்ததும் தூங்க சென்றவள் மாலை எழும் போது முத்து ஊரில் இல்லை என்பதை அறிந்து கொண்டாள். அவன் பெருமாளிடம் சொல்லி விட்டு தனது ஊருக்கே சென்று ஏராளமான சொத்துக்கு அதிபதியும் பெருமாளுக்கு அம்மாவழி சொந்தமும் ஆன ராஜு முதலியாரின் ஒரே மகனான முத்து தனது நூறு தறி பட்டறையை கவனித்துக்கொண்டு முதலாளியாக வாழ ஆரம்பித்து விட்டான்.

கடைசி நம்பிக்கையான சபலத்தால் கூட சேர்க்க முடியாதவர்களை யாரால் தான் சேர்த்து விட முடியும்? அதை முத்து புரிந்து கொண்டிருக்க வேண்டும்.

நான் திருந்தி விட்டதாக போன முறை குமாரை சந்தித்த போது சொன்னான். இப்போது அதிலிருந்து விலகிவிட்டேன். அதுவும் இல்லாமல் நான் என்ன தவறு செய்து கொண்டிருந்தேன்? யாரையும் பலாத்காரம் செய்தேனா, பலவங்க படுத்தினேனா, விருப்பமில்லாமல் யாரையேனும் எனது இச்சைக்கு பயன் படுத்திக்கொண்டேனா? இல்லையே. பின் ஏன் நான் திருந்த வேண்டும்.

இதுவரை முப்பதுக்கும் மேற்பட்ட அம்மனங்களை பார்த்து விட்டேன். நிறமும் சதை பற்றையும் தவிர அதில் எந்த மாற்றமும் இல்லை. வியர்வை வாசம் மட்டும் மாறியதே தவிர யோனி அதே வெற்றிலை வாசத்தை தான் உணர்த்தியது. எல்லோருக்கும் ஏதோ ஒரு கட்டத்தில் புதுமையின் தேடல் தாகம் அடங்கி போகிறது. புதுமையின் புகலிடமான கலவியும் அப்படியே. ஒரு கட்டத்தில் என் முழு காமமும் ஏதோ ஒரு பெண்ணுடன் நிறைந்து விட்டதாக எனக்கு தோன்றியது. இப்போதெல்லாம் தாகம் என்றல்ல வேண்டுமே என்பதற்காக கூடல்கொள்கிறேன்.

எனக்கு இப்போது திருமணம் ஆகி இருந்தது. இரண்டு ஆண் குழந்தைகள் என் மனைவிக்கு. அதன் பிறகு குடும்ப கட்டுப்பாடு அறுவை சிகிச்சை செய்து கொண்டு விட்டாள். அப்படி இருக்க எப்படி எனது வாரிசை பெற்றெடுக்க முடியும் என்பது எனக்கு வருத்தமாக இருந்தது. அது சில நேரங்களில் மீப்பெரும் சோகமும் கூட . அப்போதெல்லாம் அவளின் மகன்கள் 'அப்பா' என்று உரிமையோடு அழைக்கும் வார்த்தை

ஆறுதலாக இருந்தது. இருந்தும் இவர்கள் என் ரத்தம் இல்லையே என்பது அனிச்சையாக அவ்வப்போது தோன்றிக்கொண்டே தான் இருந்தது. இனிமேல் என் உதிரத்தில் ஓர் உயிர் உதிக்காது தானே? எனது அப்பாவிற்கும் அதே வருத்தம் இருக்க தான் செய்தது இருந்தும் தன் தங்கை மகளுக்கு வாழ்க்கை அமைகிறதே என்று பொறுத்துக்கொண்டு விட்டார்.

அவளை திருமணம் செய்து கொள்ளப்போகிறேன் என்ற முடிவை எடுக்கும் போது மறைவான சில மறுப்புகளை சொன்னார் தான். எனது முடிவு இது தான் என்ற பின் ஆமோதித்து விட்டார்.

அப்பாவின் தங்கை தன் கணவரை இழந்து தான் பிறந்த ஊருக்கே வந்து அண்ணனுடன் தங்கி போனாள். அப்போது ஆனந்திக்கு மூன்று வயது இருக்கும். எனக்கும் அவள் வயது தான். பெரிய வாயாடி அடங்கா பிடாரி, ராட்சசி என்ற பெயரை எல்லாம் சிறு வயதிலே வாங்கி விட்டாள்.

அதிலும் என் அப்பாவை அவள் மாமாவை விளையாட்டாகவோ வினையமாகவோ யாரேனும் ஒரு வார்த்தை சொல்லி விட்டாள் போதும், அவளிடம் இருந்து அவர்களை காப்பாற்ற போதும் போதும் என்றாகி விடும். அவளிடம் எதிர் வாதம் புரிகிறவர்கள் ஒரு கட்டத்திற்கு மேல் நழுவி விட தான் பார்ப்பார்கள். வெற்றி பெற வேண்டும் என்று பேசி பார்க்கும் சொற்ப மனிதர்களும் "உன்னை கட்டிக்க போறவனுக்கு ரெண்டு இருந்தா தான் உன்னை சமாளிக்க முடியும்" என்று இப்படி எதாவது சொல்லி வெக்கப் பட வைக்கும் குறுக்கு வழியை கையாண்டால் தான் உண்டு.

ஆனந்திக்கு கல்யாணம், கணவன், பிள்ளைக்குட்டி போன்ற பேச்சுகளை எடுத்தாலே பூரித்து போய்

விடுவாள்.சின்ன வயதிலிருந்தே இப்படி தான். அதுவும் வயதுக்கு வந்த பிறகு பார்க்க வேண்டுமே அதற்காகவே காத்திருந்தார் போல் அவ்வளவு அழகையும் உள்ளிருந்து வெளிக்கொண்டு வந்து கூடுதல் தசை இறுக்கத்துடன் நல்லா 'சிவ்வுனு' இருக்கானு ஊருல பசங்க சொல்லி கேட்டிருக்கேன்.

வயதுக்கு வந்த முதல் நாளிலிருந்து எல்லா நாளுமே நாள் தவறாமல் குளித்து விடுவதை வழக்கமாக கொண்டிருந்தாள். பிறகு ஊரை அப்படியே ஒரு வலம் வருவாள். திருவிழா நடை என்று சொல்வார்களே அப்படி ஒரு நடையில் நடந்து திரிவாள். அவளுக்கு ஏதேனும் ஒரு காரணம் இருந்து கொண்டே இருக்கும் வீட்டை விட்டு வெளியே வருவதற்கும் ஊரிலே சுற்றி திரிவதற்கும்.

ஒப்பனையில் ஒய்யாரி இதற்காகவே களை நாத்து பறிக்க என்று வேலைக்கு போவாள். அது போக அப்பா அவ்வப்போது கொடுக்கும் காசுகளையும் சேமித்து வைத்து ஒப்பனை பொருளும் உயர்தர உள்ளாடைகளும் வாங்குவாள். அதை தவிர சம்பாதிக்கும் பணத்தை வேறெதற்கும் பயன் படுத்த மாட்டாள். வாங்கியது தீரும் வரை வேறு வேலைக்கும் செல்ல மாட்டாள்.

ஊரில் கல்யாணம் நிச்சயதார்த்தம், சடங்கு போன்றவைகளுக்கு விழா பெண்களுக்கு அலங்காரம் செய்ய அவளைத்தான் அழைப்பார்கள் "உன் அழகுல கொஞ்சத்தை என் மகளுக்கும் வந்து ஒட்டி விட்டு போயேண்டி ஆத்தா" என்று ஒரு முகஸ்துதி சொல்லி தான் கூப்பிடுவார்கள். அப்படி ஏதாவது சொன்னால் தான் இவளும் சம்மதிப்பாள். இப்படி திரிந்தவளை, இல்லை பறந்தவளை சிறகை உடைத்தாற் போல் பதினெட்டு வயசில் திருமணம் செய்ய அத்தை ஏற்பாடு

பண்ணியது. அப்பாவும் என்ன ஏதென்று கேட்கவில்லை, கேட்க என்ன இருக்கிறது? நட்டு வச்ச நாத்து அறுவடைக்கு வந்தா அறுத்து தானே ஆகணும் இது அவருக்கு தெரியாதா என்ன? நல்ல படியா பண்ணு என்று பத்து சவரன் பரம்பரை நகையை எடுத்து அவளுக்கென கொடுத்தார். அதோடு நின்று விடுமொ, ஏன்னா அது எங்க வீட்டு கல்யாணம் ஆச்சே. அதற்காக பத்திரிகை அடிப்பது அதை விநியோகிப்பது. கருப்பையா மேஸ்திரி சமையலுக்கும்,சுப்பையாவுக்கு சொல்லி பத்து நாளுக்கு முன்னவே கொட்டகையும் போட்டாச்சு. வெளியூரில் கட்டிக்கொடுத்த அக்காக்கள் தனது குழந்தைகளுடன் ஊர் வந்து சேர்ந்தனர். ஊரெல்லாம் மைக்செட் கட்டி இளையராஜா பாடல் ஒலிக்க தொடங்கின.

ஆனந்திக்கு இவ்வளவு சின்ன வயசில் கல்யாணம் பண்ணி வைக்கிறாங்க என்ற சோகம் இருக்கும் என நினைத்தேன். மாறாக அவளை பாக்கனுமே வாயெல்லாம் ஒடுங்கி போய் ஒரே சிரிப்பும் வெக்கமுமாய் மாறி போனாள். மாப்பிளை எப்படி இருந்தாலும் சரி என்று சொல்லி விட்டாள்.

அதற்காக எப்படியெல்லாமோ இல்லை, நல்ல பையனா தான் பார்த்திருந்தார்கள். பையன் அத்தையின் கணவர் வழி சொந்தமாம், 28 வயசு இருக்கும் ஊருல பெரிய வீடாம், ஐந்து ஏக்கர் விவசாய நிலம், மின்சார துறையில வேலை என்று பெரிய இடமாக தான் பிடித்திருந்தார்கள் என்று பேசி கொண்டார்கள். ஒரு பொண்ணுக்கு இத விட நல்ல வாழ்க்கை வேற எங்க கிடைக்கும் என்று ஆனந்தி காது பட பேசிக்கொண்டது அவளை மேலும் பரவசமாக்கியது.

இப்படியாக அவள் திருமணம் முடித்து, சம்பிரதாய சடங்குகளெல்லாம் முடிந்து மூன்று நாள் கழித்து

அனுப்பி வைத்தார்கள். அப்போது தான் அவளுக்கு அழுகையே வந்தது. என்னிடம் கூட அழுது கொண்டே விடைபெற்றது ஆச்சரியமாக இருந்தது. ஒன்னுக்குள் ஒன்னு என்றாலும் அவள் என்னிடம் அவ்வளவு பேசியது இல்லை நானும் அப்படியே. அவளுக்கு நானோ எனக்கு அவளோ ஒரு பொருட்டே கிடையாது என்பது போல் தான் இருந்தோம். என்னை பிரிவதில் என்ன சோகம் இருந்து விடப்போகிறது பொதுவாக அழுகிறாள் என்று நினைத்துக்கொண்டேன்.

அதன் பிறகு வாரம் ஒரு முறை என்று இருந்தது நாள்பட மாதம் ஒருமுறை என்று குறைந்து இப்போது வருடம் ஐந்து முறை என்றாகி போனது.அவளை முதல் குழந்தை பிறந்த போது ஒரு மாதம் இங்கிருந்த போது பாத்தது, பின்பு அவள் ஊருக்கு வரும் நேரம் நான் இல்லாமலும் நான் வரும் நேரம் அவள் இல்லாத சூழலும் அமைந்து போனது.

அவள் கல்யாணம் முடிந்த போதே நானும் எனது டிப்ளோமாவை முடித்து விட்டு சென்னைக்கு வேலைக்கு சென்றது தான் இதற்கு காரணம். பிறகு அவளை அடியோடு மறந்தே விட்டேன்.

அப்படியே ஏழு வருடங்கள் சென்று விட்டது. ஒரு நாள் எங்கள் வீடு எழவு வீடாக மாறி போனது. ஆனந்தியின் கணவர் வேலை பார்க்கும் போது மின்சாரம் தாக்கிய விபத்தில் உயிரிழந்து விட்டதாக ஊரே அல்லோகல பட்டு போனது.

ஆனந்திக்கு ஆறு வயதில் ஒரு பையனை நடையிலும் இடுப்பில் ஒருவனையும் கையில் தன் கணவனின் புகைபடத்துடனும் தாய் வீடு வந்து சேர்ந்தாள். அதிலிருந்து அவள் அடியோடு மாறி போயிருந்தாள்.

பெண்ணின் மனது எப்படி ஒரு இழப்பின் தாக்கத்தை தற்காலிகமாக வைத்துக் கொள்ளாமல் பசுமரத்தாணிபோல் நிறுத்தி வைத்துக்கொள்கிறது.

அத்தையுடன் வேலைக்கு போவாள், சிலரிடம் மட்டும் சில வார்த்தை, தன் மகன்களுடன் மட்டும் கலகலக்கும் சில விளையாட்டு என வாழ்க்கையை தகவமைத்துக்கொண்டாள். இவள் வாழ்க்கை மற்றவர்களை போல எனக்கும் ஒரு செய்தி தான். அப்பாவோ அத்தையோ அந்த மற்றவர்கள் அல்ல.

எனக்கு தெரிந்த இரும்பு பெண் என்றால் அது என் அத்தை தான், மாமா எவ்வளவு கொடுமைக்காரர் என்று அப்பா சொல்லி கேட்டிருக்கிறேன்.அவரையும் சமாளித்து ஒரு பெண்ணையும் பெற்றுக்கொண்டு அதை விட கொடுமையாக தன் கணவரையும் இழந்து தன் அண்ணனுடன் வந்து வாழ்ந்தாலும் அவரிடம் இருந்து எதையும் அவள் பெற்றுக் கொள்ளவில்லை. அவளுக்கு சேர வேண்டிய இடத்தில் ஒரு வீடு, மற்ற செலவுகளுக்கு வயல் வேலைக்கும், விறகு வெட்டி விற்பது எனவும் வாழ்ந்து விட்டாள்.

பட்டதெல்லாம் போதாதென இப்போது தன் மகளும் தாலி அறுத்துக்கொண்டு வந்து நிற்கிறாள். "அது இந்த பரம்பரையோட சாபம்" என்று சொல்லிக்கொண்டு அழுதாள். ஆனந்தியை விட அதிகம் அழுதது அத்தை தான். இப்படியே அழுகையும் ஆறுதலுமாக ஆறிப்போய் ஒரு வருடம் நகர்ந்து விட்டது.

நானும் சென்னையின் வேகம் பிடிக்காமலும் இனிமேல் ஊரில் அப்பாவுடனேயே வாழ்க்கையை கழித்து விடலாம், இனிமேல் ஊர் தாண்டுவதாக இல்லை எனவும் வந்து விட்டேன். ஆனந்தியும் பழைய

மாதிரிஇருந்தாள். எப்போதாவது அழுவாள். என்னை கட்டிக்கொண்ட பிறகும் அப்படி தான். நானும் அவள் முதல் கணவரை மறக்கடிக்க என்னவெல்லாமோ செய்து விட்டேன். அது இன்னும் பலனளித்த பாடில்லை.

இருவரும் பட்டறைக்கு வந்து சேர்ந்தனர். உள்ளே இருந்த மந்தமான நிலையை அமுதாவின் மகள் பட்டறை விளக்குகளை ஏறிய விட்டதன் மூலம் மாற்றி இருந்தாள். பத்து தறியிலும் ஆடைகள் பாதியும் மீதியுமாக நெய்யப்பட்டு அப்படியே விட்டு செல்லப்பட்டது அது நூல்களை முழுங்கிய படி இருந்த நிலையை பார்த்து தெரிந்து கொண்டார்.

அந்த இயந்திர தறிகள் அடுக்கப் பட்டிருந்த பகுதிக்கு பின் பகுதியில் ஒரளவு ஒரு ஆள் படுத்துக் கொள்ளும் அளவிற்கு தாராளமாக இடம் இருந்தது. அங்கு மரஅலமாரி ஒன்று வைக்கப்பட்டிருந்தது. அது அப்படி தான் இருந்தது. அவளும் அதை அலமாரி என்று தான் சொன்னாள். அவள் தான் அதை முதலில் திறந்தாள். திறந்ததும் உள்ளே இருந்து ஒரு நடுத்தரமான வாசனை வந்தது. அது கரையான் மற்றும் பூச்சிகள் வராமல் இருக்க பயன் படுத்தப்படும் மருந்தின் வாசனை என அவர் கேட்கும் முன் அவளே சொன்னாள்.

உள்ளே புத்தகங்கள் நிறுத்தி வைக்கப்படாமல் வைப்பிடத்தின் கொள்ளளவு கருதி கிடைமட்டமாக அடுக்கி வைக்கப்பட்டிருந்தன. அதனால் புத்தகத்தின் தலைப்பு தெரியவில்லை. ஒவ்வொன்றாக எடுத்து தான் பார்க்க வேண்டும் என்று எடுக்க தொடங்கினார்.

புத்தகத்தை எடுத்து ஒரு மாதத்திற்கு மேலாக இருக்கும் என்பது அதில் படிந்த, தொட்ட உடன் கையில் ஒட்டிக்கொள்ளும் தூசியில் இருந்து தெரிந்தது.

புத்தகத்தை அதிலிருந்து உருவி அதன் தலைப்பு அது எதை பற்றியது அதை யார் எழுதியது என்பதை பார்த்துக் கொண்டு இருந்தார்.அவர் அதற்காக செலவிடும் நேரத்தை பார்த்தவள் நேரமாகும் போல என எண்ணி "நீங்க பாருங்க நான் எதாவது பண்ணிக்கிட்டு இருக்கேன்" என்று அங்கு இருந்து சென்று பட்டறையை கூட்டி பெருக்க தொடங்கினாள். அவரும் பதிலுக்கு தலையாட்டி விட்டு புத்தகங்களை கவனிக்கலானார்.

அங்கு இருந்ததில் பெரும்பாலும் பெண்ணியம் சார்ந்த புத்தகமும் தொழில் சார்ந்த புத்தகங்களும் இருந்தது. குறைந்த பக்கங்களுக்கிடையில் வைக்கப்பட்டிருந்த துண்டு அட்டை அது எதுவும் முடிக்கப்படவில்லை என்பதை காட்டியது.

அதற்கடுத்து அதில் அதிகமாக கவிதை நூல்கள் தான் நிரம்பி இருந்தது. அதிலும் முக்கால்வாசி புத்தகங்கள் தன்னுடையாதாக இருப்பது அவரை மிகவும் ஆச்சரியப் படுத்தியது. அதனை எடுத்து பார்த்தார். கைகளின் கறைகள் புத்தகத்தில் அதிகம் படிந்திருப்பது மீள் வாசிப்பு நிகழ்ந்திருப்பதை காட்டியது. அதில் நிறைய இடங்களில் அடிக்கோடிடப்பட்டிருந்தது சில வரிகள் கட்டத்திற்குள் அடைக்கப்பட்டு நட்சத்திர குறியீடு இடப்பட்டிருந்தது. அது அமுதாவின் பிடித்தமான வரிகள் போலும்.

அப்போது அவர் சுத்தம் செய்து கொண்டிருந்தவளை "இங்கே வர முடியுமா?" என்று அழைத்தார். உடனே அவளும் விரைவாக அவரை நோக்கி வந்தாள். அவர் அவளிடம் அந்த புத்தகத்தை காட்டி தன் பெயர் இருக்கும் இடத்தை விரல்களால் வருடி சுட்டிக்காட்டினார். அவள் புரியாதது போல் முழிக்கவே,

"இத எழுதின இந்த பெயர் உள்ளவரை தெரியுமா உனக்கு?"

"எனக்கு எந்த எழுத்தாளரையும் தெரியாது"

பெருமையை கண்ணில் நிறுத்தி "நான் தான் அது" என்று கூறினார்.

"ஓஹ்" என்று மட்டும் சொல்லி விட்டு போய் மறுபடியும் விட்ட வேலையை தொடர்ந்தாள். மற்ற நேரமாய் இருந்திருந்தால் அது அவருக்கு ஏமாற்றத்தை கொடுத்திருக்கும். அவளிடம் சொல்லிவிட்டு புத்தகத்தை நோக்கி திரும்பிய போது அவர் அங்கு ஒரு சிவப்பு நிற உறையை பார்த்ததால் அவருக்கு அவள் என்ன பதில் சொன்னாள் என்பதே நினைவில் இல்லை. அதன் மீது ஆர்வம் சென்றது.

இப்போது அதனை அதிலிருந்து மெல்ல உருவி எடுத்து பார்க்கிறார். கவரின் மேல் பகுதியின் சேதமும் அதன் உள்ளிருந்த நான்கு பக்க காகிதமும் அடிக்கடி படிக்கப்பட்டதாலும் கைகளின் பயன்பாட்டில் அதிக நேரம் இருந்ததாலும் கசங்கியும் கொஞ்சம் அழுத்தி கையாண்டதாலும் மடங்கிய தடங்கள் வழியே கிழியும் அபாயமும் இருந்தால் அதனை மெல்ல திருப்பி பார்த்தார். அதில் எழுதபட்டிருந்த கவிதை அவருக்கு சிரிப்பை உண்டு பண்ணும் அளவிற்கு இருந்தது. ஏனென்றால் அது காமம் நிறைந்த காதலைப் பற்றியது. அதுவும் அனுபவ வரியாக இல்லாமல் அடைய நினைக்கும் ஆசையின் வரியாக இருந்தால் அதிலிருந்த அப்பாவித்தனம் அந்த சிரிப்பின் மூலக் காரணமாக இருந்தது.

பின்பு அதனுடன் சேர்த்து இணைக்கப்படாத அதே கவரில் வைக்கப்பட்ட மூன்று புத்தம்புதிய பக்கங்களை

கண்டார். இதனை எழுதி வைத்த பின்னர் இந்த சிவப்பு கவரை அவள் தொடவில்லை என்பதை அதில் இருந்த சுத்தம் சொல்லியது. இப்போது அதனை படிக்கலானார்.

வணக்கம்,

இதை நான் யாருக்கும் எழுதவில்லை. என்னை நானே படித்து பார்க்கும் நோக்குடன் எழுதுவதே இக்கடிதம். நான் கடிதம் எழுதும் காலத்தில் பிறக்கவில்லை என்பதால் எனக்கு கடிதம் எழுத வேண்டும் என்று நீண்ட நாள் ஆசை.

எனது காதல் ஒருவேளை கடித காதலாக இருந்திருந்தால் மெதுவாக நகர்ந்து காதலாய் கருவுற்று கவனமாய் வளர்த்தெடுத்து கல்யாணத்தில் சேர்த்திருக்கலாம். மனதின் வேகத்தை விட அதிகமாகவே தொழில்நுட்பத்தின் வேகத்தால் ஈடுகொடுக்க முடிந்ததாகயால் விபத்தாய் முடிந்து விட்டது என்று எப்போதும் தோன்றும். இன்றும் விபத்தின் காயத்தில் இருந்து விடுபட முடியவில்லை. விபத்தின் விளைவாய் எனக்கு ஆறுதலாக ஒரு உயிர் என்னுள் தங்கி விட்டது. ஒரு வேளை அப்படி ஒன்றும் இல்லாமல் நான் காயமுற்றிருந்தால்? யாருக்கு தெரியும் அதை மறைத்து கல்யாணம் செய்திருக்கலாம். ஏன் கலைத்து கூட கல்யாணம் செய்திருக்கலாம். நான் இப்படியே சிலரின் அனுதாபத்திலும், வசை மொழிக்கேட்டும் வாழ விரும்பி இருக்கிறேன் போல அது தான் அப்படி செய்யவில்லை.

பிறகு இந்த ஊரார்கள் என்னை திட்டியும் வஞ்சித்தும் புகாரும் புரணியுமாக இருப்பதால் அவர்கள் மீது எனக்கு கோபம் என நினைக்கலாம். நிச்சயம் இல்லை. அப்படி இருப்பின் அவர்கள் இப்போதும் என்னை எப்போதும் போல் தவறாக தான் நினைக்கிறார்கள்.

அவர்கள் என்னை எவன் கூடவோ படுத்தவனு சொன்னாங்களே தவிர, கண்டவன் கூட படுத்தவன்னு சொன்னது இல்லை. அப்படியே இருந்தாலும் அவங்க நம்ப போறதும் இல்லை. முத்து விசயத்தில் தான் அவர்களுக்கு என் மேல் சிறு சந்தேகம். மற்ற படி அவர்களும் நல்லவர்களே.

ஒரு காலத்தில் இவர்களின் செல்லபிள்ளை அல்லவோ நான். உலகத்தில் யார் பாவம் தெரியுமா? 'அன்றைய நாள் எவ்வளவு நல்லதாக இருந்தது என நிகழ்காலத்தில் ஏக்கம் கொள்பவன் தான்.'

அந்த காலத்தில் அமுதா எப்படி பட்டவள் தெரியுமா உங்களுக்கு?

எல்லாத்தையும் எல்லோரையும் வேடிக்கை பொருளாக கேளிக்கைக்குள்ளாக்கி சுற்றி இருப்போரை சிரித்த முகமாக்கும் திறன் படைத்தவள். சிரிக்க தெரியுமா என்று கேட்கும் பொருளாக மாறியது எப்போது?

என்னுடன் நட்பு பாராட்ட போட்டி இட்டவர்கள் எத்தனை பேர், இப்போது தெரியாமல் கூட உறவாடி ஊரில் பழியாக வேண்டாம் என்று பயந்து விலகும் பாவப்பொருளாக மாறியது எப்போது?

ராசியான முகம் அபசகுனம் ஆனது எப்போது?

ஓங்கி சிரித்த குரல்வளை அடங்கி போனது எப்போது?

கொலுசு சத்தமும் தரையை உரசிய பாவடையுமாக சுற்றி திரிந்த கால்கள் விலங்கிடப்பட்டது எப்போது?

புகழாரம் கேட்ட காதுகளில் தூற்றிய வார்த்தைகள் நெருப்பாய் நுழைந்தது எப்போது?

எதிர்வரும் முகங்கள் சிரித்தும், பெயர் சொல்லியும், முறை சொல்லியும், குலைந்தும் சமிக்கை செய்ததையும் பார்த்த கண்களில் நான் உறுத்தலாய் போனது எப்போது?

கிள்ளியும், தொட்டும், தட்டியும், உரசியும், கிச்சு கிச்சு மூட்டியும் களிப்புற்ற பாகம் பாழடைந்தது எப்போது?

ஒருநாள் சிலநாள் பழக்கத்தின் பலனாய் கருவுற்றேன். அவுசாரி என பெயர் பெற்றேன். இன்றளவும் அப்படியே. குழந்தையால் தாயானேன் அதை வளர்த்தேன் இவ்வளவு தானா என் வாழ்க்கையில் சொல்லிக்கொள்ளும் படி உள்ள நினைவுகள். அது நினைவுகள் மட்டுமா? அது நானும் தான், அவ்வளவே நான்.

இதுவெல்லாம் நான் எப்போதோ என்னை சுற்றி உள்ளவர்கள் சொன்ன கருகலைப்பை செய்திருந்தால் அடியோடு மாறி இருக்கும். பின் ஏன் செய்யாமல் விட்டேன்?
நான் அவனுடனான காதலை முக்கியமானதாக கருதினேனா, இல்லை மனித இனத்திற்கு ஒவ்வாத 'ஒருவனுக்கு ஒருத்தி' என்ற நிர்பந்தத்தை நீர்த்து போக விடாமல் இருக்க அற்பணித்தேனா? அப்படி இருந்திருந்தால் முத்து விசயத்தில் அப்படி நிகழ்ந்தது எவ்விதம்?

மனிதர்களுக்கு இன்பத்தை விடவும் விருப்பம் இல்லாத துன்பங்கள் தேவை. அவர்களை பார்த்து யாரேணும் உச்சுக்கொட்ட வேண்டும். அப்போது தான் தன் வாழ்கை நிறைந்ததாக நினைக்கிறார்கள்.

எனது பிரசவ வலியை விட அவனின் முக சாயலில் ஒரு பெண் குழந்தை அதுவும் அவனை நினைவு

படுத்திக்கொண்டு என்னுடன் இருக்க போவதை நினைத்து வேதனையாக இருந்தது. கைகுழந்தையாய் இருந்த சமையத்தில் பாலுக்காக அழுத வேளையில் வேண்டுமென்றே பாலூட்டுவதை தவிர்த்து தவிக்க விட்டிருக்கிறேன். பின்னாளில் அவள் செய்த குறும்பு தனத்திற்கெல்லாம் குற்றம் செய்ததை போல் தண்டித்திருக்கிறேன். ஏதோ ஒரு நாளில் தான் அவளும் என்னை போல என்பதை உணர்ந்தேன். அவனின் உயிரணுவில் உருபெற்றதென்றால் அவள் அவனுடையாதாகி விட முடியுமா? நுகர்வோர் நான் இல்லையா மொத்த உரிமையும் உடமையும் என்னுடையதில்லையா என்ற புத்தி வந்த போது அவளுக்கு நான் செய்ததை நினைத்து வருந்தினேன்.

அவளுகென்று ஒரு பெயருண்டு அதை யாரும் அழைத்து நான் கேட்டது இல்லை. ஏன் நான் கூட அழைத்ததாய் நினைவில்லையே. "சுகப்பிரியா" என்பதே அது. என்ன செய்ய அவளை அழைக்க யாருக்கும் அவசியம் வரவில்லை. அவள் யாருக்கும் அவசியமும் இல்லை பழனியை தவிர. அவளுக்கு யாரும் அவசியம் இல்லை நானும் கூட.

என் மகளுக்கு விருப்பமா என்று தெரியவில்லை. எனது விருப்பம் அது தான். அவனை விட அவளை புரிந்துகொள்ள, அவளிடம் பணிந்து போக, அவளுக்காக பரிந்து பேச யாரால் முடியும். அப்படி ஒருவேளை அவள் யாரையாவது கண்டால் நிச்சயம் கட்டிக்கொள்ளட்டும் நான் தடுக்க மாட்டேன்.

நான் அவளிடம் இன்னும் பேசி பார்க்க வேண்டும். மிகவும் மர்மமாக இருக்கிறாள். பெற்றவளுக்கும் கூட விளங்காதவளாய் இருக்கிறாள். ஒருவரின் குழந்தை பருவம் தானே ஒருவரின் பண்புநலன்களை நிர்ணயம் செய்கிறது. அப்படி பார்க்கையில் அவள் இப்படி

இருக்க அவள் குழந்தை பருவத்தை குலைத்தது நான் தானே. இப்படி ஒரு குற்றஉணர்ச்சியில் தவிக்கும் போதெல்லாம் தோன்றும் அவளை அப்போதே கலைத்திருக்கலாம் என்று.

அவளுக்கு பிடித்தவர்கள் என்ற வட்டத்தின் விளிம்பில் தானே நானே இருக்கிறேன். பின் அவள் எனக்கு பின் யாரை உள்ளே இழுத்துக்கொள்ள போகிறாள். எனக்கு பின்னும் அவள் வாழ வேண்டும் தானே. அதற்கு என்ன வழி செய்ய போகிறேன்.

என் அப்பா பார்த்துக்கொள்வார் தான், பாவம் அவர் எனக்காக பட்டதே போதும். செத்தும் கெடுக்க வேண்டாம். ஏதேனும் விரைவில் செய்ய வேண்டும். எனக்கான நேரம் குறைவாக உள்ளது. இந்த கர்ப்பை புற்று நோய் என்னை வாழ்வின் விளிம்பில் இருந்து தள்ளி விட பார்க்கிறது. ஒரு நாள் விழத்தானே வேண்டும்.

என அந்த கடிதம் முடிந்திருந்தது. நிச்சயம் இது முதல் கடிதம் இல்லை என்பது அவள் எழுதி இருந்த பானியில் இருந்து தெரிந்தது. இவ்வளவு புத்தகங்களை வாசிப்பதை தாண்டி எழுவதால் தான் இப்படி நேர்த்தியாக எழுத முடிகிறது. எனவே இன்னும் ஏதேனும் கடிதங்கள் தேறுகிறதா என புத்தகங்களை கலைத்து பார்த்தார். புத்தகத்தின் இடையிலும் அடியிலும் என பதிமூன்று கடிதங்களை கண்டு பிடித்தார்.

அந்த பக்கங்களின் பஞ்சனைகளில் எந்த மயிலிறகும் தூங்கவில்லை மாறாக அமுதா யார் என்ற மர்மம் மறைந்திருந்தது. தறியின் சத்தத்தில் தன் காதுகளையும் புத்தகத்தின் பக்கத்தில் தன்னையும் மறைத்து கொண்டிருக்கிறாள் என்பதை தெரிந்து கொண்டவர் அந்த கடிதங்களை தனது ஆடைக்குள் மறைத்தார்.

பின்னர் மீண்டும் தனது புத்தகங்களின் அமுதாவின் சிறுகுறிப்பு மற்றும் அடிகோடிட்ட வரிகளை வாசிக்கலானார். அந்த அடிகோடிட்ட வரிகள் சொல்லியது அவள் எவ்வளவு பெரிய ரசனைகாரி என்பதையும் அவர் எவ்வளவு பெரிய கவிஞர் என்பதையும்.

உவமை கண்ட போதெல்லாம் அதில் தன்னை தேடி இருப்பாள் தானே கட்டுடல் மேனி என்று வரும் போதெல்லாம் தனது மேனியை தடவி கொண்டாள் தானே. கருவிழி எனும் போது தனது மாற்று நிற விழியை சபித்திருப்பாள் தானே. தேக நிறம் பொருந்துகிறதா என பொருத்தி பார்த்து பொருந்திய வரிகளில் தன்னை புதைத்து கொண்டிருப்பாள்தானே, பொருந்தாத போது பொறாமை கொண்டு புரணி சொல்லி இருப்பாள் தானே.

என் வாழ்நாளில் நான் நிறைய எழுதி விட்டேன். சந்தித்தவர்கள், சண்டை இட்டவர்கள், நட்பாய் பழகியவர்கள், என்னை நாசம் செய்ய நினைத்தவர்கள், கை தூக்கி விட்டவர்கள், கால் வாரப் பார்த்தவர்கள், காதலின் இனிமை கொடுத்தவர்கள், காதலிப்பதாய் சொல்லி கெடுத்தவர்கள், நல்லவர்கள், நடிபவர்கள், அன்பானவர்கள், அரக்கர்கள், சகஊழியர்கள், சகபயணியர்கள் என எல்லோரையும் எழுதிவிட்டு எழுதுவதை விட்டு மூன்று வருடத்திற்கு மேல் ஆகி விட்டது. அப்படி இருக்க இவளை எழுதாமல் விட்டதேன்? இவளை எனக்கு முன்னவே தெரியும் தானே என அவளுக்காக தனது ரசிகைக்காக அவர் வருத்தப்பட்டார். அவர் எடுத்து பார்த்து கொண்டிருந்த புத்தகத்தில் இருந்து பக்கத்தின் பிடியில் நில்லாமல் நழுவி விழுந்தது ஒரு கடிதம். அது அவருக்காக எழுதப்பட்டிருந்தது.

இப்போது இருவரும் அமுதாவின் உடல் வைக்கப்பட்டிருந்த இடத்திற்கு வந்திருந்தனர். வரும் வழியில் இருவரும் ஒரு வார்த்தை கூட பேசி கொள்ளவில்லை. போகும் போதும் தான். ஆனால் இந்த அமைதி வேறாக இருந்ததை அமுதாவின் மகள் உணர்ந்தாள். ஆனால் அதை பற்றி ஏதும் கேட்கவில்லை. அந்த அமைதி அவருக்கு தேவை போலும் என்று விட்டு விட்டாள்.

அவர்கள் வந்த உடன் வானதி அவளிடம் வந்து "எங்க போனிங்க?" என்று அவளுக்கு மட்டும் கேட்கும் படி கேட்டாள்.

"இவர் தானே அந்த கவிஞர்? அதுதான் அமுதா அவருக்கு எவ்வளவு பெரிய ரசிகைன்னு காட்ட போயிருந்தேன்" என்றாள்.

'ஆமா இவர் தான் அமுதாவின் கவிஞர்?' என அவளுக்குள் சொல்லிக்கொண்டவள், "இப்போது இது அவசியம் தானா?" என்றாள்.

"பின்ன அவர் போன அப்றமா? அவதான் சொல்லல, நானாவது சொல்றனே" என்றாள்.

இருவரும் அவரை பார்த்தனர். ஏதோ ஒரு நினைவில் ஆழ்ந்திருந்தார். அவளுக்காக வருந்துகிறார் போல என இருவரும் நினைத்தனர்.

'இவள் இப்படி ஏன் வாழ வேண்டும்? உடலது வெறும் உடல் தானே? கன்னித்திரை உடைத்தவன் தான்

அவளுக்கு உரியவனா? பிடித்தவன் இல்லையா? இவளை குரல்வளை கிழிய திட்ட வேண்டும், அது மட்டுமா கை வலிக்கும் மட்டும் அடிக்க வேண்டும் போல் இருக்கிறது. பழிவாங்கும் திட்டமா இது? அற்ப தனம் இல்லையா இது. அவளை ஏமாற்றியது மட்டும் புனித செயலா என்ன?' என்று எண்ணியவாறே அமுதாவின் சடலத்தை பார்த்தார்.

'என் கவிதைகளின் ஓரத்தின் உவமையாய் அவள் உடலில் ஒரு அங்கம் எழுதா பாவி ஆனேனே. எனது நினைவுகள் பயமுறுத்திய போதெல்லாம் புத்தகத்தின் பக்கங்களில் ஒளிந்து கொண்டும் எனது நினைவுகள் அவமான படுத்திய போது புத்தகத்தின் தேற்றும் வரிகளால் ஆறுதல் தேடியும் இருக்கிறாள்.

விரகத்தில் தவித்த போது புத்தகத்தின் ஏதோ ஒரு கதாப்பாத்திரம் அவளை புணர்ந்து ஆற்று படுத்தியது. தறியின் இசையிலும் புத்தகத்தின் பேச்சு துணையும் தான் அவளின் வாழ்க்கையை சலிப்பென்னும் நோயில் இருந்து காப்பாற்றி வந்த தற்காலிக மருந்தாக இருந்திருக்கிறது. நாட்கள் இப்படியே செல்ல காலம் சம்மதிக்கவில்லை. காலம் இதுவரை செய்த தொண்டிற்கு உயிரை ஊதியம் கேட்டதோ? அவள் 'இல்லை' என்று சொல்ல மாட்டாளே. அன்னைக்கு சொல்லி இருந்தா இந்த நிலையா வந்திருக்கும்? இப்படியா வாழ்ந்திருப்பாள்?'

'இப்போது போல் அப்போது மனம் இல்லையே. மனம் மாறிக்கொண்டே இருப்பது மற்றொரு மனங்களை உடைத்திட தானா? நீ வந்து கேட்டிருக்க கூடாதா, இவ்வளவு வைராக்கியம் ஏன்? நான் தான் இப்படி நீ நல்லவள் தானே! பண்ண தப்ப எப்பனாலும் அனுபவச்சு தான் ஆகணும் போல. அது தப்பு இல்லை,

தப்புக்கு எதுக்கு தண்டனை. அது பாவம்' என்று தான் சிறுவயதில் செய்த தவறை தனது பெரிய மனதால் பெரிது படுத்திக்கொண்டிருந்தார்.

'என்றாவது ஒரு நாள் திருந்தி திருப்பி வந்திருவேன்னு தானே நினைச்சிருக்கா, இல்லைன்னு தெரிஞ்ச அப்ப எவ்வளவு கஷ்ட பட்டிருப்பா? அதான் அடுக்கடுக்கா கடிதத்துல சொல்லி இருந்தாளே. அதில் கொஞ்சத்தை என்னிடம் சொல்லி இருக்க கூடாதா, எவன் ஒருத்தனும் அப்படியேவா இருப்பான்? இரவு பகல் என புரளும் பக்கத்தில் ஏதேனும் ஒரு வரியாவது அவனை சந்தோசப்படுத்திக்கொண்டும் துக்கத்தில் ஆழ்த்திக் கொண்டும் தவறுகளில் இருந்து தூரம் நகர்த்தவும் நியாயத்தின் பக்கம் நிறுத்தவும், அதில் ஒரு வரி தட்டிக்கேட்கவும் செருப்படியால் தண்டனை தந்தும் திருத்திக்கொண்டும் தானே இருக்கிறது.

எப்படி அவன் மாறாமல் இருப்பான் என நினைத்தாள்' என்ற எண்ண ஓட்டத்தின் ஊடே அமுதாவின் மகளை பார்த்தார்.அவளும் இவரை பார்த்தபடி இருக்க ஒரிரு நொடிகள் பார்வையை நிலைக்க விட்டு முகத்தை திருப்பிக்கொண்டாள்.

'எனது பிரதிபலிப்பு தானே இவள், எப்படி அருகில் இருந்தும் கவனிக்காது போனேன். அங்கங்கள் தான் இவள் எனது என்ற ஆதாரமாக உள்ளதே. அப்படியே எனை போன்ற உயரம், கேசம், அழுத்தமான குரல், நிறத்தில் மட்டும் கொஞ்சம் அவள் அம்மாவின் கலப்படம். அந்த முகவாய் குழி சொல்கிறதே முகவரி நான் தான் என்று. அவள் அறிவாளா அதை? இருக்காது. இருந்திருந்தால் என்னுடன் குறைந்தபட்ச சங்கடங்கள் கூட இல்லா சம்பாசனையை நிகழ்த்திக்கொண்டா இருப்பாள்.

'அவளை நம்முடனே அழைத்து சென்று விடலாமா? ஆனந்தி என்ன சொல்வாள்? அவள் என்ன சொல்ல போகிறாள். அவளுக்கு என் அடிஆழ சோகம் தெரியும். என் உதிரத்தில் ஒரு உயிர் என்றால் அவளுக்கும் சேர்த்து சந்தோசம் தான். அதுவும் இல்லாமல் அவள் இங்கு ஊரான் வீட்டு பிள்ளையாக தானே வளர்கிறாள். என்னுடன் வரட்டும் என் பிள்ளையாய் வளரட்டும். ஆசை பட்டதை கேக்கட்டும். அதற்காக அடம்பிடித்து அழட்டும், அதட்டி கேக்கட்டும். அவள் ஆசைகளை நான் நிறைவேற்றி வைப்பேன். அவள் என் பிள்ளை ஆயிற்றே. அப்பனாய் நடந்து கொள்ள சித்தமாய் இருக்கிறேன்.

அதற்கு அவள் என்ன சொல்வாளோ? என்ன சொல்லி என்னுடன் அழைப்பது? ஆகாதவள் ஆனாலும் யாரோ ஒருவனிடம் எப்படி கொடுப்பது என்று யோசிப்பார்கள் தானே? நான் யாரோ இல்லை என்பதை அவர்களிடம் சொல்லி விடலாமா? இந்த குடும்பம் ஒடுங்கி போனதற்கு நான் தான் காரணம் என என்னை சிறுவயதிலிருந்தே வரவேற்று உபசரித்த அந்த கிழவருக்கு தெரிந்தால் எப்படி தாங்குவார்? என்னை சிறியவன் என்றாலும் பன்மையில் அழைத்து மதிப்புகுரியவனாக இன்றளவும் நடத்தி வரும் என் தோழி வானதிக்கு முன் சிறுமை பட்டு நிற்பதா? அந்த சிடுமூஞ்சி மங்கை என்னை பார்த்தால் மட்டும் லேசாக வெக்கப்பட்டு சிரிப்பாளே, அவளின் தனித்துவமான மனிதனாக நான் இல்லாமல் போவதா? இதையெல்லாம் விட என் மகள் என்ன நினைப்பாள்? அமுதாவிற்கும் அவளின் நிலைமைக்கும் நான் தான் காரணம் என்று தெரிந்தால் பின் எப்படி என்னுடன் வருவாள்?' என்று கேள்வியும் பதிலுமாக கலந்த சுழலாக மனம் சுழல வெளியில் துளியும்

காட்டிக்கொள்ளாதவராக அமுதாவை பார்த்தபடி அமர்ந்திருந்தார்.

அவளை அருகில் சென்று பார்க்க வேண்டும் போல் இருந்தது. எழுந்து போய் பார்த்தார் இடையே தனது மகளையும் பார்த்தார் அவள் வேறெங்கோ பார்க்கவே எந்த தடங்களும் இல்லாமல் பார்த்து கொண்டிருந்தார். இவரின் நடத்தையையும் அமைதியையும் வானதி கவனிக்கிறாள் என்பதை அவளை ஏறிட்ட நொடிகளில் புரிந்து கொண்டு தன்னை ஆசுவாச படுத்த முயற்சித்தார்.

அவர் அன்று போலவே இன்றும் இதிலிருந்து தப்பிக்க யோசித்தார். அதை உணர்ந்தும் கொண்டார். ஊர் தலைவராகவும் பெரிய எழுத்தாளராகவும் ஒழுக்கத்திற்கு எடுத்துக்காட்டாக கூறும் அளவிற்கு வளர்ந்த நிலை அதற்கு ஒரு காரணமாக இருந்தது. அதை எல்லாம் சீரழித்துக்கொள்வதா? எவ்வளவு பெரிய முட்டாள் தனம் என்று நினைத்தவர். நாம் மாறிவிடவில்லை மறைத்து வைத்திருக்கிறோம். தப்பிக்கும் எண்ணம் வரும் போது அதே இருபது வயது ஆளாக மாறி விடுகிறோம் என்பதை நினைக்கும் போது தன்னை நினைத்து வெக்கிக்கொண்டார்.

பின்பு அவர் அங்கிருந்த சில வேலைகளை மற்றவர்களுடன் சேர்ந்து செய்யத் தொடங்கினார். அதனை கண்ட அவரைத்தெரிந்தோர் நாங்கள் பார்த்துக் கொள்கிறோம் என்று சொல்லி அவரைத் தடுத்து பார்த்தார்கள். அதனை கேட்டவராக அங்கு உலாவியவர் அவர்களுக்கு தெரியாமல் காசு தேவை பட்ட இடங்களில் எல்லாம் அவரே கொடுத்தார்.

தன் மகளை நோக்கி சென்றவர் "இனிமே என்ன செய்ய போற?" என்றார்.

"தெரியலை. எதாவது செய்ய வேண்டி தான்."

"என் கூட வந்திர்றியா?" என்று தயங்கி கேட்டார்.

தயக்கமில்லாமல் "ம் போலாம். கொஞ்ச நாள் வச்சிருந்து திருப்பி அனுப்பிற மாட்டிங்களே?"

"நிச்சயம் மாட்டேன். நீயும் எந்த சூழலிலும் என்னை விட்டு போறேன்னு சொல்லிற மாட்டியே?"

"நானும் மாட்டேன்" என்று இருவரும் புன்னகைத்துக்கொண்டனர். ஊருக்கு சென்ற உடன் நான் தான் உன் அப்பா என்பதை எடுத்து சொல்லி அதற்கு மன்னிப்பு கேட்டு என்னுடன் நிறுத்தி வைக்க வேண்டும். ஒருவேளை அவள் அதனை ஏற்றுக் கொள்ளாத மனநிலையில் இருப்பதாக தெரிந்தால் மறைத்து விட வேண்டியது தான் என்று எண்ணிக்கொண்டவர் "என்ன நான் கூட்ட உடனே வர்றேன்னு ஒத்துக்கிட்ட?"

"எனக்கு இங்க இருந்து போகணும் யாரு கூட்டிகிட்டு போனா என்ன?"

"உன்னை கூட்டிகிட்டு போக யார கேக்கணும்?"

"அதோ அவகிட்ட" என்று அமுதாவின் பிணத்தை காட்டியவள். "வேணாம் அவ விடமாட்டா, நீங்க தாத்தாகிட்ட கேளுங்க" என்றாள்.

அவரிடம் எப்படி, என்ன சொல்லி கேட்பது என்று யோசித்தவர் வேகமாக சென்று வானதியிடம் "நான் உங்க கிட்ட ஒரு விசயம் சொல்லணும். என்ன எதுக்குன்னு கேக்காம உங்க அப்பாவை கூட்டிகிட்டு பழைய வீட்டு பக்கம் வா" என்றார்.

அது பெருமாளின் பூர்வீக வீடு. அது தான் ஊரின் கடைசியாக இருந்தது. அங்கு தான் அவர் அமுதாவை காதலிக்கும் போது வந்து போனார். பத்து வருடத்திற்கு முன் தான் இப்போது ஊருக்குள் இருக்கிற வீட்டுக்கு குடிபெயர்ந்தார்கள். அந்த பழைய வீட்டின் வாசலில் தான் அவர்கள் மூவரும் வந்து அவர் அமைதி கலைக்கும் வரை நின்றார்கள்.

இப்படி ஒரு நேரத்தில் அவர்கள் இப்படி வந்திருக்க வேண்டாம் தான். ஆனால் கூப்பிட்டது அவர் என்பதால் அங்கு வந்தனர். அதில் மங்கையும் அங்கு வந்திருந்தாள். அவளை அவர் எதிர்பார்க்க வில்லை. முதலில் அவள் இருப்பதால் தயங்கினார். பிறகு அவளுக்கும் தெரிய தான் வேண்டும் என்று "உங்க பேத்திய நான் கூட்டிட்டு போகட்டுமா?"

"கொஞ்ச நாள் போகட்டும் நானே அனுப்பி வைக்கிறேன். அவளும் புது எடம் போயிட்டு வந்தா கொஞ்சம் இந்த நினைபில இருந்து நிம்மதியா இருப்பா"

"இல்லங்கய்யா என் கூடவே கூட்டிட்டு போயிரலாம்னு இருக்கேன்" என்றதும் மூவரும் முதலில் என்ன இது என்பது போல் ஒருவரை ஒருவர் பார்த்துக்கொண்டனர்.

அது எப்படி யாரோ ஒருவரிடம் அனுப்பி வைப்பது என்று நினைத்தார்கள். அவர் இவர்களிடம் எவ்வளவு நெருக்கமாக பழகினாலும், அவர் சொல்வதை எதையும்

கேட்கும் அளவிற்கு அவர் மேல் மரியாதை இருந்தாலும் இந்த விசயத்தை பொருத்தவரை அவர் யாரோ தான். "அப்படியா சொல்ற்றிங்க?" என்று கையை தேய்த்த படி நீட்டி முழங்கினார். அதை அறிந்த வானதி தன் அப்பா அக சிந்தனையை அவள் வெளியிட்டாள்.

"இல்லை வேணாம் இங்கயே இருக்கட்டும் இவங்களுக்கும் வயசாயிருச்சு இனிமே இவங்களுக்கு யாரு இருக்கா" என்று அவளும் அவரை காயப்படுத்தி விடக்கூடாது என்பதற்காக மேலோட்டமாக சொன்னாள்.

மங்கை அவர் கேட்டபடி அவளை அவருடன் அனுப்பி வைப்பதில் அவர் பொருட்டு சம்மதம் தான். ஆனால் அப்பாவும் வானதியும் சம்மதிக்காத ஒன்றை நான் பேசி கெடுத்து விடக்கூடாது என்பதற்காக அமைதியாக இருந்தாள்.

"நான் ஒரு விஷயம் சொல்றேன் கேட்டுட்டு அப்றம் முடிவு பண்ணுங்க"

"என்ன சொல்லுங்க?" என்று வானதி கேட்டாள்.

"நான் தான் அவளுக்கு அப்பா, அமுதா என்னை தான் காதலிச்சா" என்றவர். "நானும் தான்" என்று திருத்திக்கொண்டார்.

மங்கை தான் இதை முதலில் புரிந்து கொண்டவள். அவளுக்கு இவர் மீது அப்போதே சிறு சந்தேகம் இருந்தது இப்போது விரைவில் புரிந்து கொண்டதற்கு அது ஒரு காரணம். அவ்வளவு பலம் எங்கிருந்து வந்தது அந்த உடலில் என்று சந்தேகிக்கும் அளவிற்கு ஓங்கி ஒரு அறை வைத்தாள்.

வானதி முதலில் அவளை தடுத்து நிறுத்தி கண்டிக்க நினைத்தாள். பிறகு அமைதியாக அழத்தொடங்கினாள்.

"நீயெல்லாம் ஒரு பெரிய மனுஷன்?" என்று துப்பிவிட்டு மங்கை அங்கிருந்து அமுதா வைக்கப்பட்டிருந்த இடத்தை நோக்கி விரைந்தாள்.

வானதியும் தன் பங்கிற்கு அவர் சட்டையை பிடித்து இழுத்து "யார்தான் இங்க நல்லவங்க?" என்று அவர்மீது இருந்த நன்மதிப்பை கேள்விக்குள்ளாக்கி விட்டு நடந்தாள். இவர் இப்போது நல்லவர் தான் என்பதை அறிந்த பெருமாள் அங்கிருந்து தன் மூத்த மகளுடன் சேர்ந்து நடக்கலானார். வானதி அவரை திரும்பி திரும்பி பார்த்து நடந்தாள். தலையை தொங்க போட்டுக்கொண்டு நின்றார். அது வானதிக்கு சாய்ந்து போன பெரிய ஆலமரத்தின் அலங்கோலத்தை போல் இருந்தது.

பெருமாளும் வானதியும் வந்து சேர்ந்த போது மங்கை அமுதாவின் உடல் மீது விழுந்து அழுது கொண்டிருந்தாள். அவள் இப்போது தான் அவளை புரிந்து கொண்டு இரக்கம் கொண்டிருக்கிறாள். இல்லை, தான் சிக்கவேண்டிய வலைக்கு அவள் முந்திக்கொண்டு தன்னை காப்பாற்றி விட்டிருந்த நன்றி உணர்வாகவும் இருக்கலாம். அதனால் தான் இந்த அழுகை. வானதியும் அழுதாள் தொலைவில் இருந்த படி சத்தம் எழுப்பாமல் கண்ணீர் மட்டும் கசியவிட்டு மூக்கை சிந்திய படி.

'அன்னைக்கு உனக்கு கெடுதல் செஞ்சவன் இன்னைக்கு ஊருக்கு நல்லவன். மனுசங்க அப்படியே இருக்கிறது இல்ல மாறிகிட்டே இருக்கிறாங்க. நல்லவங்களா. ஒருத்தர் அன்னைக்கு இருந்த படியே இன்னைக்கும் இருப்பாங்கன்னு என்ன நிச்சயம்? இருக்கணும்ன்னு தான்

என்ன அவசியம். குற்றத்துக்கு தண்டனைய விட குற்றவுணர்ச்சிய கொடுக்கிறது எவ்வளவு பெரிய தண்டனை. அதை அவனுக்கு நீ கொடுத்திருக்க. இவ்ளோ காலம் நீ பட்ட கஷ்டத்தை இனிமே அவன் சுமக்கட்டும். உன் மகளை அவன்கூட அனுப்பி வைக்கிறேன். அவ உன்னை அவனுக்கு நியாபகப் படுத்திகிட்டே இருக்கட்டும்' என்று மனதுக்குள் அமுதாவிடம் தான் எடுத்த முடிவை பற்றி பேசினார்.

"நீங்க அவள கூட்டிட்டு போங்க. அவளா எங்கள பாக்கணும்னு சொன்னா மட்டும் அவளோட வந்து போங்க" என்றார்.

அவள் ஒருபோதும் அப்படி சொல்லப்போவதில்லை என்பது பெருமாளுக்கு தெரியும். பதிலுக்கு அவர் தலையை மட்டும் ஆட்டினார். கொஞ்ச நேரம் கழித்து அவர் தன் மகளிடம் சென்று அதனை சொன்னார். அவளும் "சரி கிளம்பலாம். இன்னும் ஏன் இங்க இருக்கணும்?"

"என்ன இப்படி கேக்குற, அது உன் அம்மா தானே, இப்படியேவா விட்டுட்டு போறது? எல்லாம் முடியட்டும் போலாம்" என்று இன்னும் கொஞ்சம் நேரம் அவளை பார்க்கலாம் என்ற ஏக்கத்தில் சொன்னார்.

"அது வெறும் உடல். குப்பைனு சொல்லலாம் அதை அடக்கம் செய்றதுனு சொல்றதுலாம் மரியாதைக்காக பயன்படுத்துற வார்த்தை. உண்மையில அத அப்புறப்படுத்தணும்.அதை கொண்டு வந்தவங்க செய்யட்டும்" என்று அவர் கையை பிடித்து இழுத்தாள்.

அவளை பொருத்தவரை அமுதாவின் மரணம் இறப்பு தானே தவிர இழப்பு இல்லை என்பதை அவளின் பேச்சும் நடத்தையும் சொல்லியது.

"சரிங்க பெரிய மனுசி நீங்க போய் அந்த கார்ல உக்காருங்க நான் வர்ரேன்" என்றவர். "போகும்முன் சொல்லி விட்டு வா" என்று சொன்னார்.

அவளும் தன் பெரியம்மாக்களிடமும் தாத்தாவிடமும் இறுதியாக பழனியிடமும் சென்றாள். பழனிக்கு அது ஒரு இன்ப அதிர்ச்சியாக இருந்தது. அவள் சொல்லி விட்டு செல்லும் அளவிற்கு முக்கியமானவனா நான் என்று நினைத்த அவன், அவளுக்கு அவள் அம்மாவை தவிர யார் தன் முக்கியம். பெரிய அத்தைகளிடம் சொல்லியதை போல் தான் என்னிடமும் என்று நினைத்து கொண்டான். அவன் அருகில் வந்து போய் வருகிறேன் எனும் படி தலையை மட்டும் ஆட்டினாள். அவனும் பதிலுக்கு தலையாட்டி சிரித்தான்.

'நாம் போகும் சோகம் கொஞ்சம் கூட அவன் முகத்தில் இல்லையே. ஒருவேளை நானும் ஒரு காதலி தான் போல, முடிவாக நான் என்றில்லை. அதுவும் சரி தான் எப்படி பெண்ணாக இருந்தாலும் ஏற்றுக்கொள்ள தயாராக இருப்பவன் இவள் தான் வேண்டும் என்று ஏன் அடம்பிடிக்க போகிறான்' என்று தனக்குள் ஆறுதல் சொல்லிக்கொண்டு காரில் போய் ஏறிக்கொண்டாள்.

ஊரின் கடைசியாக காரையும் அவளையும் விட்டு விட்டு திரும்பவும் ஏதோ காரணத்தை சொல்லி விட்டு அமுதாவின் உடல் வைக்கப்பட்டிருந்த இடத்திற்கு வந்தார். வந்தவர் நாற்காலியை எடுத்து பக்கத்தில் போட்டு அமர்ந்து கொண்டார்.

அமுதாவை இமைக்கொட்டாமல் பார்த்துக் கொண்டிருந்தவர் 'இப்போது கூட அன்று போல் எனக்கான நியாயத்தை கற்பித்துக்கொண்டு இந்த குற்ற உணர்ச்சியில் இருந்து தப்பித்துக் கொள்ளலாம். ஆனால்

அதன் முடிவு அவளை கெட்டவளாக சித்தரிப்பது தானே. அவள் ஒன்றும் அப்படி இல்லையே, நியாயங்கள் வேண்டாம். நானே மாட்டிக்கொள்கிறேன். நான் தானே மாட்டிக்கொள்ள வேண்டும்" என்று கண் கலங்கும் நிலையில் இருக்க உதடுகள் படபடத்தன. முதல் முறை இமை தாண்டி அழுதார். கண்ணீர் கண்ணை விட்டு அகல்வதைவிரும்பாதவராய் நாற்காலியில் வானம் பார்த்த படி சாய்ந்து கொண்டார் இருந்தும் கண்ணீர் காது வழியாக வழிந்து சென்று உடலை நனைக்க ஆரம்பித்தது. அதன் வெப்பம் தன்னை உலையில் இட்டது போலவும் கண்ணீரின் கணம் அகழி ஆழத்தின் அழுத்தம் போலவும் அவரை அழுத்திற்று. பொருத்துக்கொண்டார். தன் தவறை எரிப்பதாகவும் அழுத்தி புதைப்பதாகவும் ஏற்றுக்கொண்டார். பிணத்தை எடுக்கும் நேரம் வந்த போது தனது வெட்டி விராப்பை எல்லாம் விடுத்து அவள் உடலை தொட்டு அழும் தூரம் செல்லவில்லை என்றாலும் ஒரடி தள்ளி கிழே விழுந்து அழுதார். தான் தொட்டதன் பலனாய் அவள் பட்டது போதும் என நினைத்திருக்கலாம். இல்லை, எழுந்து கொண்டு விடுவாளோ என்ற பயமாக இருக்கலாம்.

"உன் கஷ்டம் உன்னோட எனக்கு ஏன்னு விட்டு போனேன்.

உயிர் வயித்தில் இருக்குதுன்னு,

அப்போதே வெட்டிப்போனேன்.

உயிர் விட்டு தண்டிக்க உத்தேசம் எப்பிருந்து?

பழிவாங்க உடல் விட்ட உன் நினைவு இப்பிருந்து,

குத்தும் குற்றம் குடையும் போது,

இந்த பாவி கண்ணீர் பயன் தருமோ?,

வலியில் இருந்து விடை தருமோ??"

அவரின் குரல்வளை இதுவரை எட்டாத ஒலியை இப்போது இந்த ஒப்பாரி குரல் எட்டியது. காற்றின் செவி கிழிய கத்தியும் என்ன பயன்? அவளுக்கு கேட்க போவதுமில்லை, அவள் அவரை மன்னிக்க போவதும்மில்லை. ஒருவேளை மன்னிக்கலாம் அவளுக்கு அவர் மீது சமீபத்தில் ஏற்பட்ட காதலின் பொருட்டு.

ஆனால் இந்த ஊர், அவளின் உற்றார். இவர் ஏன் அழுகிறார் என்று முதலில் புரியாவிட்டாலும் ஒருவர் பின் ஒருவராக புரிந்து கொண்டு புரியாதவருக்கும் விளக்கம் சொல்லி இவரா இதற்கு காரணம் என்ற கேள்விக்கு பதில் தெரிந்தும் கேள்வியின் பதிலில் உண்மை தன்மை அறிய முடியாமல் நின்றனர். திருந்தியவன் ஆயினும் தவறு செய்து இருக்கிறானே என்று அவர்கள் நினைக்கலாம், இல்லாமலும் இருக்கலாம். திருந்தியவனை தண்டிப்பதில் தான் இந்த நல்லவர்களுக்கு எவ்வளவு ஆர்வம். அந்த தண்டனை வன்முறையாக, வசைச்சொல்லாக, சின்ன முகச்சுழிப்பாகக் கூட இருக்கலாம். திருந்திய மனிதனை பழைய தவறுகளை சொல்லி விமர்சிப்பதுஅறியா வயது அம்மணத்தை கேலி செய்வது போன்றதல்லவா?

வானதி மங்கை பெருமாள் அவரது மனைவி என அமுதாவை நெருக்கமென நினைத்தவர்கள் எல்லோரும் அழுதனர். ஆனால் அமுதா தனக்கு நெருக்கமென நினைத்தவர்களான அவளது மகள் காரில் ஊர் தாண்ட போகும் களிப்பிலும், பழனி பிணத்தின் எதிரிலும் நின்றுக்கொண்டு "புறங்குன்றி கண்டனைய ரேனும் அகன்குன்றி ...." என்ற குறள் எவ்வளவு சரியென்று அந்த பொதுமறையை மெச்சிக்கொண்டு நின்றாள்.

எல்லாம் முடித்து விட்டு காரில் வந்து அமர்ந்தபோது நிறைய மாற்றம் இருந்ததை கவனித்தார். சிறு பொருட்கள் கலைக்கப்பட்டும் நிறைய பொத்தான்கள் அமுத்தப்பட்டும் குளிர் அதிகமாகவும் விளக்குகள் எரிந்து கொண்டும் இருந்ததை கவனித்தவர் இது இவளின் வேலை தான் என்று அறிந்து அதை எல்லாம் சரி செய்தார்.

"சரி போகலாம் தானே?"

"ம்ம்" என்று தயங்கிய படி சொன்னதை கவனித்தவர்.

"யாரையும் பாக்கணும் பேசணும்ன்னா போயிட்டு வா, நான் இங்க இருக்கேன்" என்று சொன்னார்.

"அதுலாம் ஒன்னும் வேணாம்" என்றாள்.

அவள் இனி இங்கே வருவது என்பதே கிடையாது என நினைத்துக்கொண்ட போது பழனி காரை நோக்கி ஓடி வந்தான். அவரை பார்த்தவன் லேசாக சிரித்து விட்டு அவளை நோக்கி "அம்மா கிளம்பிட்டிங்க போல?" என்றான்.

பதில் சொல்லாமல் தலையை மட்டும் ஆட்டி எப்போதும் போல அமைதியாக இருந்தவளை பார்த்து "இப்பவாது ஒரு வார்த்தை பேசே" என்றான். அதை அவன் சொல்லவேண்டும் என்பதற்காக சொன்னானே தவிர அவனுக்கு அவள் பேச வேண்டும் என்பதல்ல.

எத்தனையோ முறை கேட்டு இருப்பான். ஆனால் இந்த முறை கெஞ்சியது போல் இருந்தது. ஒருமுறையாவது வாய் திறந்திருப்பாளா. இன்று மட்டும் பதில் பேச என்ன அவசியம் வந்தது என்று நினைத்தது இன்றைய அமைதிக்கு ஒரு காரணமாக இருக்கலாம். காரணம் கற்பித்துக்கொள்வதே தனது உதாசீனத்தை பிறர் அறியக்கூடாது என்பதற்காக தானே.

பிறகு அவரிடம் விடைபெற்றுக்கொண்டு சென்றான்.அப்போது அவள் திரும்பி காரின் இருக்கை மீது ஏறி முட்டியிட்டு கண்ணாடி வழியாக அவனை பார்த்தாள். அவளை நோக்கிய அவரை பார்த்து "நல்ல பையன் உங்கள மாறியே, பெரிய அறிவாளி உங்கள விட" என்று சிரித்துக்கொண்டு சொன்னாள். முதலில் சொன்னது அவரை குத்திக்காட்ட சொன்னாளா என்பது தெரியாது ஆனால் அவருக்கு அது குத்தியது.

"அப்புறம் என் கல்யாணத்தை நீங்க தான் முடிவு பண்ணுவீங்களா?"

"இல்லை, உன் விருப்ப படி பழனியவே கட்டிக்க.

"யார் சொன்னது அவனை நான் கட்டிப்பேன்னு?"

அவர் பதிலேதும் சொல்லவில்லை. லேசாக சிரித்தார். கார் இப்போது நகர தொடங்கி இருந்தது. கொஞ்சம் கொஞ்சமாக அவள் தாண்டாத தொலைவை தாண்டி சென்றுக்கொண்டிருந்தது. அப்போது அவள் திடீரென நியாபகம் வந்தார் போல் ஒரு சிறிய காகிதத்தை அவரிடம் நீட்டி "இதை நீங்க என்னை இங்க விட்டுட்டு போகும் போது உங்க சட்டைக்குள்ள இருந்து விழுந்துச்சு" என்றாள்.

பதறியவராக அதை வாங்கிக்கொண்டு "இத இப்ப படிச்சியா?"

"இல்ல" என்று சொன்னதைக்கேட்டு பெருமூச்சு விட்ட போது "ஆனா அதுல என்ன இருக்குன்னு எனக்கு தெரியும்" என்றாள்.

விழிபிதுங்க "என்ன தெரியும்?" என்று கேட்டார்.

"இதுல மட்டும் இல்ல, நீங்க வச்சிருக்கிற பதிமூணு கடிதத்திலயும் என்ன இருக்குன்னு எனக்கு தெரியும்" என்றாள்.

எல்லாம் தெரிந்து இருக்கிறது என்று நினைக்கும் போது அவள் முன் அவமானமாக இருந்தது. அதே நேரத்தில் எல்லாம் தெரிந்து தான் தன்னுடன் வருகிறாள் என்பது கொஞ்சம் ஆறுதலாகவும் இருந்தது.

குற்றமாக அவரும் தண்டனையாக அவளும் அந்த மாலை வேளையில் சூரியனின் மறைவு தொடங்கியதை பார்த்து கொண்டே மேற்கு நோக்கிய பயணத்தில் குறைந்த சத்தம் மட்டுமே எழுப்பக்கூடிய புதியரக மகிழூந்தில் மகிழ்விழுந்து சென்றனர்.

திரும்பிக்கூட பார்க்காமல் போகிறாளே திரும்பி வர சொந்தம் இல்லா ஊரை திரும்பி பார்ப்பதெதற்கு என்றா?

அவள் நிச்சயம் வருவாள். அவள் பதிலுக்கு கையசைக்கா விட்டாலும் அந்த கருப்பு நிற கண்ணாடியின் மறைப்பில் அவள் தெரியாத போதும் அனிச்சையாக கையசைத்து கொண்டிருக்கிறானே பழனி அவனுக்காகவேனும் நிச்சயம் வருவாள்.

முற்றும்.